சில வித்தியாசங்கள்

சிறுகதைகள்

கிழக்கு பதிப்பக வெளியீடுகளாக சுஜாதாவின் புத்தகங்கள்

மீண்டும் ஜீனோ
நிறமற்ற வானவில்
நில்லுங்கள் ராஜாவே
தீண்டும் இன்பம்
ஆஸ்டின் இல்லம்
அனிதாவின் காதல்கள்
நைலான் கயிறு
24 ரூபாய் தீவு
அனிதா இளம் மனைவி
கொலை அரங்கம்
கமிஷனருக்கு கடிதம்
அப்ஸரா
பாரதி இருந்த வீடு
மெரீனா
ஆர்யபட்டா
என் இனிய இயந்திரா
காயத்ரி
ப்ரியா
தங்க முடிச்சு
எதையும் ஒருமுறை
ஊஞ்சல்
ஓரிரவில் ஒரு ரயிலில்
மீண்டும் ஒரு குற்றம்
விக்ரம்
நில், கவனி, தாக்கு!
வாய்மையே சில சமயம் வெல்லும்
ஆ...!
வசந்த காலக் குற்றங்கள்
சிவந்த கைகள்
ஒரே ஒரு துரோகம்
இன்னும் ஒரு பெண்
6961
ஜோதி
மாயா
ரோஜா
ஓடாதே
மேற்கே ஒரு குற்றம்
விபரீதக் கோட்பாடு
ஐந்தாவது அத்தியாயம்
மலை மாளிகை
விடிவதற்குள் வா
மூன்று நாள் சொர்க்கம்
பத்து செகண்ட் முத்தம்
கம்ப்யூட்டர் கிராமம்
இளமையில் கொல்
மேகத்தை துரத்தியவன்
ஒரு நடுப்பகல் மரணம்
நகரம்
இதன் பெயரும் கொலை
மண்மகன்
தப்பித்தால் தப்பில்லை
விழுந்த நட்சத்திரம்
முதல் நாடகம்
ஆட்டக்காரன்
ஜன்னல் மலர்
என்றாவது ஒரு நாள்
வைரங்கள்
மேலும் ஒரு குற்றம்
சொர்க்கத் தீவு
கனவுத் தொழிற்சாலை
ஆயிரத்தில் இருவர்
பதினாலு நாட்கள்
உள்ளம் துறந்தவன்
பிரிவோம் சந்திப்போம்
கரையெல்லாம் செண்பகப்பூ
இரண்டாவது காதல் கதை
நிர்வாண நகரம்
குருபிரசாதின் கடைசி தினம்
இருள் வரும் நேரம்
திசை கண்டேன் வான் கண்டேன்
ஆழ்வார்கள் - ஓர் எளிய அறிமுகம்
தேடாதே
விருப்பமில்லாத் திருப்பங்கள்
விரும்பிச் சொன்ன பொய்கள்
கை
ஆதலினால் காதல் செய்வீர்
நூற்றாண்டின் இறுதியில் சில சிந்தனைகள்
அப்பா, அன்புள்ள அப்பா
மிஸ். தமிழ்த்தாயே, நமஸ்காரம்!
சிறு சிறுகதைகள்
வாரம் ஒரு பாசுரம்
வானத்தில் ஒரு மௌனத்தாரகை
கடவுள் வந்திருந்தார்
அனுமதி
ஓலைப் பட்டாசு
சேகர், சிங்கமய்யங்கார் பேரன்
கம்ப்யூட்டரே ஒரு கதை சொல்லு
டாக்டர் நரேந்திரனின் வினோத வழக்கு
நிஜத்தைத் தேடி
பாதி ராஜ்யம்
சில வித்தியாசங்கள்

சில வித்தியாசங்கள்

சிறுகதைகள்

சுஜாதா

கிழக்கு

சில வித்தியாசங்கள்
Sila Vithiyasangal
by Sujatha
Sujatha Rangarajan ©

First Edition: December 2013
168 Pages
Printed in India.

ISBN 978-81-8493-675-9
Kizhakku - *645*

Kizhakku Pathippagam
177/103, First Floor,
Ambal's Building, Lloyds Road,
Royapettah, Chennai 600 014.
Ph: +91-44-4200-9601
Email : support@nhm.in
Website : www.nhm.in

Cover Image: Shutterstock

Kizhakku Pathippagam is an imprint of New Horizon Media Private Limited

This book is sold subject to the condition that it shall not, by way of trade or otherwise, be lent, resold, hired out, or otherwise circulated without the publisher's prior written consent in any form of binding or cover other than that in which it is published and without a similar condition including this the rights under copyright reserved above, no part of this publication may be reproduced, stored in or introduced into a retrieval system, or transmitted in any form or by any means (electronic, mechanical, photocopying, recording or otherwise), without the prior written permission of both the copyright owner and the above-mentioned publisher of this book.

கதாநாயகன் தான் விரும்பிய கதாநாயகியை மணந்துகொண்டுவிட்டான். அப்புறம், இருவரும் எப்போதும் சந்தோஷமாக இருந்தார்கள்தானே? இல்லை! எந்தப் பொருளும் நமக்குக் கிட்டாதபோதுதான் ஆசை இருக்கிறது. பணம் அப்படி. கடையில் வைத்திருக்கும் புதிய ரெடிமேட் சட்டை அப்படி. பெண்களும் அப்படித்தான். கிடைத்த பிற்பாடு, மோகம் பாதி போய்விடுகிறது.

பொருளடக்கம்

	முன்னுரை	/	09
1.	சில வித்தியாசங்கள்	/	11
2.	இப்படித்தான் காதலிக்கிறார்கள்	/	20
3.	ஒரே ஒரு மாலை	/	29
4.	ரஞ்சனி	/	39
5.	அம்மோனியம் பாஸ்ஃபேட்	/	52
6.	வீடு	/	61
7.	ஸோம்னா	/	73
8.	ராகினி என் வசமாக...	/	81
9.	வீணா - 1968	/	90
10.	ராணி	/	98
11.	வழி தெரியவில்லை	/	106
12.	சார், இந்த அக்கிரமத்தை...	/	111
13.	ஓர் அராபிய இரவு	/	118
14.	லட்சாதிபதிகளைக் கொல்வது பற்றி...	/	129
15.	மாமா விஜயம்	/	142
16.	ராகவேனியம் 277	/	155

முன்னுரை

இந்தப் புத்தகத்தில் இருக்கும் பதினாறு கதை களும் நான் சென்ற சுமார் மூன்று வருஷங்களில் பத்திரிகைகளில் எழுதியவை. (குமுதம், தினமணி கதிர், ஆனந்த விகடன், தீபம்) இவை களை நான் தொகுத்தமைப்பதற்காகத் 'திரும்பப் படித்தபோது' என் எழுத்து முறையில் இருக்கும் ஒரு பொதுவான அம்சம் உடனே புலப்பட்டது. அது பெரும்பாலும் எல்லாக் கதைகளையும் தன்மை ஒருமையில் எழுதி இருப்பது, அது கதை சொல்லும் எவ்வளவோ முறைகளில் ஒன்று. இந்த முறையில் இருக்கும் கட்டுப்பாடு எனக்குப் பிடிக்கிறது. கதை சொல்பவனை விட்டு விலக முடியாத நிர்பந்தத் தில் இருக்கும் சவால் என்னைக் கவர்கிறது. மேலும் எழுத்தில் உள்ள துல்யமான சந்தோஷங் களில் ஒன்று என்னால் பலவித வடிவங்களை ஏற்க முடிகிறது. என் சொந்த மன விகற்பங் களிலிருந்து விலகி என்னால் என்னை ஏழை குமாஸ்தாவாக ஆக்கிக்கொள்ள முடிகிறது. வீணை வித்வானாக பிரபலத்துக்கு அலைய முடிகிறது. இளம் கணவனை நீந்தத் தெரியாமல் ஆற்றில் மிதக்க வைக்க முடிகிறது. மாந்திரிகத் திற்கும் என்னால் கட்டுப்பட முடிகிறது. கனவு கள் எனக்கு நிஜமாகின்றன. நிஜங்கள் கனவுக ளாகின்றன. அழகான பெண்களை ஆச்சரியம் நிறைந்த முனைகளில் சந்திக்க முடிகிறது. போலீஸ் பயமில்லாமல் துப்பாக்கிகள் சுட்டு பேப்பரில் ரத்தம் சிந்த வைக்க முடிகிறது.

நிஜத்தையும் பொய்யையும் எனக்கே உரித்தான ரசாயனத்தில் கலந்து நான் மௌனமாகக்

கவனிக்கும் சம்பவங்களையும் நபர்களையும் என் விருப்பத்திற்கு அழைத்து வாசிப்பவர்களையும் உடன் அழைத்துச் செல்லும் இந்த அரை மயக்க உலகில் 'நான் எனும் பொய்யை நடத்துவோன் நானே'.

குமுதம் ஆசிரியர் எஸ்.ஏ.பி.அவர்கள் என் கதைகளுக்கு முதல் ஆதரவு தந்தார். அவருக்கும், என் மற்ற பத்திரிகாசிரிய நண்பர்கள் சாவி, மணியன், நா.பார்த்தசாரதி அவர்களுக்கும்...

சொல்ல வேண்டுமா என்ன?

பெங்களூர்

ஒரு மழை நிறைந்த

நவம்பர் நாள் 1971   சுஜாதா

சில வித்தியாசங்கள்

நான் ராஜாராமன், டில்லி வாசி. நேபாளத்தின் தலைநகர் தெரியாததாலும், ஆஸ்திரேலியாவின் ஜனத்தொகை தெரியாததாலும், ஐ.ஏ.எஸ்.ஸில் தேறாமல், மத்திய சர்க்கார் செக்ரடேரியேட்டில் ஒரு சாதாரண அஸிஸ்டெண்டாக 210 - 10 - 290 - 15 - 530 சம்பள ஏணியில் இருப்பவன். சர்க்கார் என்னும் மஹா இயந்திரத்தின் ஆயிரம் ஆயிரம் பல் சக்கரங்களில் ஒரு சக்கரத்தின் ஒரு பல் நான். படித்தது எம்.ஏ., வாங்குகிற சம்பளத்தில் வீட்டு வாடகைக்கும், சித்தார்த்தன் என்ற என் ஒன்றரை வயதுக் குழந்தைக்கு - அவனை நீங்கள் சந்திக்க வேண்டும்; அழகான பயல் - பால், வைட்டமின் சொட்டுகள், 'ஃபேரெக்ஸ்' வாங்குவதற்கும், என் புத்தகச் செலவுகளுக்கும், எதற்கு உங்களுக்கு அந்தக் கணக்கெல்லாம்...

வாங்குகிற முந்நூற்றுச் சொச்சம், இருபத்தைந்து தேதிக்குள் செலவழிந்துவிடுவது சத்தியம். இந்த உலகத்தில், இன்றைய தேதிக்கு என் சொத்து; ஒரு டெரிலின் சட்டை, பெட்டி நிறையப் பிரமாதமான புத்தகங்கள், ராஜேஸ்வரி. கடைசியில் குறிப்பிடப்பட்டவள் என் மனைவி, இவளைப் பற்றி கம்ப ராமாயண அளவில் புகழ் பாடலாம். அதிகம் பேசாதவள். என் வக்கிரங்களையும், பணமில்லாததால் வரும் அர்த்தமற்ற ஆத்திரத்தையும், என் புத்தக ஆசையையும், வீட்டின் பட்ஜெட்டையும், சித்தார்த்தனின் அழுகையையும் சமாளிக்கும் சாமர்த்தியம் படைத்த இவள், என் வாழ்வின் ஒரே அதிர்ஷ்டம். கணவன் 'ஜாய்'ஸின் 'யூலிஸிஸ்' வாங்க விரும்புகிறான் என்று தன் மோதிரத்தைக் கழற்றிக் கொடுத்த மனைவியை நீங்கள் சந்தித்திருக்கிறீர்களா?

இவளுடைய மற்ற நகைகளையும் விற்றாகிவிட்டது. எல்லாம் என் ஆர்வத்தில், ஓர் இலக்கியப் பத்திரிகை தொடங்கி இரண்டு மாதம் நடத்தியதால் போய்விட்டது. அதற்காக நான் அவமானப்படு கிறேன். இலக்கியப் பத்திரிகை நடத்தியதற்காக அல்ல, மனைவி யின் சொற்ப நகைகளை விற்றதற்காக.

இன்று தேதி 20. என் கையில் இருப்பது மூன்று ரூபாய். எனக்குத் தேவை, முந்நூற்று இருபத்தைந்து ரூபாய். எதற்கு? சென்னைக்கு விமான டிக்கெட் வாங்க. என் அம்மாவின் உடல்நிலை கவலைக் கிடமாக இருக்கிறது. தந்தி வந்திருக்கிறது. அவளைப் பார்க்கச் செல்ல வேண்டும். உடனே செல்ல வேண்டும்.

என் அம்மாவுக்கு இதயத்தில் கோளாறு. ஐம்பத்தெட்டு வருஷம் அடித்து அடித்து, அலுத்துப்போய், திடீரென்று நின்றுவிடலாமா என்று யோசிக்கும் இதயம். அவளுக்கு உடம்பு பதறும்; சில்லிட்டு விடும். இந்த மாதிரி மூன்று தடவை வந்திருக்கிறது. இந்தத் தடவை, தீவிரமாக இருந்திருக்க வேண்டும். என் தம்பி அடித்த தந்தியின் சுருக்கமான வாசகங்களில் தெரிகிறது. 'அம்மா கவலைக்கிடம்; உடனே வா'.

இதுவரை நான் மேம்போக்காகவே எழுதி வந்திருக்கிறேன். என் உள்ளத்தின் பதற்றத்தைச் சமாளிக்க, என் அம்மாவுக்கு ஒன்றும் ஆகியிருக்காது என்ற நம்பிக்கையை வலியுறுத்த இப்படி எழுதிக்கொள்கிறேன். என் மனத்தின் ஆழத்தில், என் இதயத்தின் ஒவ்வொரு துடிப்பும் 'அம்மா-அம்மா-அம்மா' என்று அடித்துக் கொள்வதையும், என்னுள் இருக்கும் சில இனம் தெரியாத பயங்களையும், நம்பிக்கைகளையும் வார்த்தைகளில் எழுதுவது கஷ்டம். அவளை உடனே யட்சன்போலப் பறந்து சென்று பார்க்க வேண்டும். 'அம்மா, உன் டில்லி புத்திரன் இதோ வந்து விட்டேன். ஏரோப்ளேனில் உன்னைப் பார்க்க பறந்து வந்திருக் கிறேன். இதோ உன் தலையைத் தடவிக் கொடுக்கிறேன். உனக்கு குணமாகிவிடும்' - பக்கத்து வீட்டு சாரதாவிடம், 'என் பிள்ளை ப்ளேனில் வந்தான்' என்று பெருமை அடித்துக்கொள்வதற்காக வாவது பிழைத்துக்கொள்வாள். எனக்கு, ரூபாய் முந்நூற்று இருபத்தைந்து தேவை.

என் போன்றவர்களுக்கு, விமானப் பிரயாணம் இந்த மாதிரி சோக சந்தர்ப்பங்களில்தான் சாத்தியம். கடன் வாங்கி டிக்கெட் வாங்கி, கண்ணீர் மறைக்கும் கண்களுடன், ஜேம்ஸ் பாண்ட் படிக்க முடியாது. ஹோஸ்டஸ்ஸுடன் சிரித்துப் பேச முடியாது.

எங்கே போவேன் பணத்துக்கு? எனக்கு யார் தருவார்கள்? என் நண்பர்களிடம் போய் இருபத்தொன்பதாம் தேதி கேட்டால், ஹாஸ்யம் கேட்டதுபோல் சிரிப்பார்கள். என் மனைவியிடம் நகைகள் கிடையாது. என் சொத்தைப் பற்றி முன்னமேயே தெரிவித்திருக்கிறேன். அதனால்தான், ராமநாதனிடம் கேட்க லாம் என்று தீர்மானித்தேன்.

ராமநாதன் எனக்குக் கிட்டத்திலும் அல்லாத, தூரத்திலும் அல்லாத உறவினர். என்ன உறவு என்கிற விவரங்கள் அனாவசியம். செக்ரட்டரியாக இருக்கிறார். முக்கியமான மந்திரிக்கு. முக்கிய மான மனிதர். சர்க்கார், எத்தனையோ மில்லியன் டன் கோதுமை கடன் வாங்கும்போது, இவர்தான் வெள்ளைக்காரர் பக்கத்தில் உட்கார்ந்துகொண்டு ஜோடியாகக் கையெழுத்துப் போடுவார். போகாத தேசமில்லை. டில்லியில் நான் எட்டு வருஷங்கள் இருந்திருக்கிறேன். இரண்டு தடவை இவர் வீட்டுக்குப் போயிருக் கிறேன். இரண்டு தடவையும் நடந்தது, எழுதும்படியாக இல்லை. நானும் இவரும், வேறு வேறு மட்டங்களில் உறவுப் பிணைப்பை வைத்துக்கொண்டு, இந்த வித்தியாசத்தை இணைப்பது சாத்திய மாகாது என்று அறிந்துகொண்டு மரியாதையாக ஒதுங்கி விட்டேன். தற்போது என்னுடைய பணத் தேவை, அந்த அவ மானங்களை எல்லாம் மறக்கச் செய்துவிட்டது. நான் அவரைப் பார்க்கக் கிளம்பினேன்.

ஹேஸ்டிங்ஸ் ரோடின் அமைதியில், பச்சைப்புல் தரை ஏக்கர் களுக்கு மத்தியில், நாவல் மரங்களின் நிழலில், ஏர் கண்டிஷனர், நாய், அம்பாஸிடர் கார் சகிதம் இருந்தது அவர் வீடு. வீட்டு வாசலில் கதர் அணிந்த சேவகர் என்னைத் தடுத்து நிறுத்தி விசாரித்தார். என் பெயர் சொல்லி, நான் அவர் உறவுக்காரர் என்பதையும் சொன்னேன். வேஷ்டி கட்டிய என்னை ஏதோ, நாய் கொண்டுவந்து போட்ட வஸ்துவைப்போல் பார்த்து, உள்ளே போகும்படிச் சொன்னார், சேவகர் (ர்) மரியாதையைக் கவனிக்கவும்.

'சிண்ட்ரெல்லா', ராஜகுமாரன் மாளிகையில் நுழைவதுபோல் உணர்ந்தேன். உள்ளே செல்லும்போது, ஒரு ஹால். தவறு, ஹால் இல்லை. ஹாாால். கீழே கம்பளம். பக்கத்தில், 'டெலிஃபங்கன்' கம்பெனியின் ரேடியோகிராம் (ராமநாதன் அவர்கள் மேற்கு ஜெர்மனி சென்றிருக்கிறார்) டிரான்ஸிஸ்டர். மடங்கிப் படுக்கையாக ஆகத் தயாராக இருக்கும் ஸோபா.

ரெப்பிஜிரேட்டர் திறந்திருந்தது. அதில் அழகாக அடுக்கி வைக்கப்பட்ட சாராய பாட்டில்கள். மேலே காந்தி படம். அறையின் திரைகளில், டிஸ்டெம்பரின் வர்ணங்கள் ஒன்றுக் கொன்று இழைந்து கண்ணை உறுத்தாத சமாசாரங்கள்.

ரேடியோகிராமிலிருந்து பலமாக கிதார் சங்கீதம் கேட்டுக் கொண்டிருந்தது. அதன் துடிப்புக்கு ஏற்ப, கால்களால் தாளம் போட்டுக்கொண்டு, ஸோபாவில் ஓர் இளைஞன் முக்கால் வாசிப் படுத்துக்கொண்டு 'ப்ளேபாய்' என்ற பத்திரிகையை வாசித்துக்கொண்டிருந்தான். நான் வந்ததையோ, நின்றதையோ, கனைத்ததையோ கவனிக்கவில்லை. அருகே சென்று, தாழ்வாக இருந்த மேஜையில் ஒரு தட்டுத் தட்டினேன். கவனித்தான்.

'யெஸ்?' என்றான் பையன். ராமநாதனின் ஒரே பையன்.

'அப்பா இருக்கிறாரா?'

'ஹி ஈஸ் டேக்கிங் பாத். ப்ளீஸ் வெயிட்' என்றான்.

அவனுக்கு முடிவெட்டுத் தேவையாயிருந்தது. அணிந்திருந்த சட்டை, பெண்கள் அணியவேண்டியது. போட்டிருந்த பேண்ட்டில் நுழைவதற்கு அசாத்திய சாமர்த்தியம் வேண்டும்.

''ஐ'ம் ராஜேஷ்' என்று என்னை நோக்கி கையை நீட்டினான்.

'என் பெயர் ராஜாராமன். நான் உங்களுக்கு ஒரு விதத்தில் உறவு' என்றேன். நான் தமிழை விடுவதாக இல்லை.

'இஸ் இட்?' என்றான்.

'நீ அவர் பையன்தானே?'

'யெஸ்'.

'தமிழ் தெரியுமா?'

'யெஸ்'.

'பின், தமிழில் பேசேன்'.

'ஹானஸ்ட்லி, ஐ லாஸ்ட் டச்' என்று சிரித்தான். எனக்கு லேசாகத் தலை வலிக்க ஆரம்பித்தது. மெதுவாக எழப்போகும் போகத்துக்கு அறிகுறி'.

'நீ என்ன படிக்கிறே?'

'ப்ளேபாய்'.

'இல்லை, எத்தனாவது படிக்கிறே?'

'ஸீனியர் கேம்பிரிட்ஜ்'.

ராமநாதன், உள்ளே இருந்து வந்தார். நேராக இடப்பக்கம் இருந்த அறையை நோக்கி நடந்தார்.

'நமஸ்காரம் சார்'.

தயங்கி என்னைப் பார்த்தார். கண்களில், அவர் ஞாபகத்தில் என்னைத் தேடுவது தெரிந்தது. 'ஓ, ஹலோ! வாப்பா, ராமச்சந்திரன்!'

'ராஜாராமன் சார்'.

'ஓ, எஸ்! ராஜாராமன். சௌக்கியமா? ஒரு நிமிஷம்' என்றபடி, மறைந்தார்.

ஓர் அசிங்கமான தயக்கம். ராஜேஷ் என் எதிரில் நகத்தைக் கடித்துக்கொண்டிருந்தான். அவன் வயதில், நான் அரிக்கேன் விளக்கு வெளிச்சத்தில் கோல்ட்ஸ்மித் படித்துக்கொண்டிருந்தேன். இவன், ட்விஸ்ட் சங்கீதமும், ஓர் இடத்திலும் தேங்காத இந்த யுகத்தின் இந்த நிமிஷத்தின் அமைதியற்ற துடிப்புமாக, என்னை மியூசியம் பிறவியாகப் பார்த்துக்கொண்டிருக்கிறான்.

மேஜை மேல் அவன் வைத்திருந்த பத்திரிகையைப் புரட்டினேன். வர்ணத்தில் ஒரு பெண்ணின் படம் - ஒரே ஒரு புன்னகையை மட்டும் அணிந்துகொண்டிருந்தாள். அவசர அவசரமாக மூடினேன். அவன் என்னைப் பார்த்துச் சிரித்தான். பற்களில் நிகோடின் காவி.

ராமநாதன், அறையை விட்டு வெளியே வந்தபோது, வெளியே கிளம்புவதற்குத் தயாராக உடை அணிந்திருந்தார். உயரமான வர். பீர் அதிகம் எடுத்துக்கொண்டதால் ஏற்பட்ட இளம் தொந்தி. கண்ணாடி, அலட்சியம், புன்னகை, அபார உயரம், கீழ் ஸ்தாயிப் பேச்சு எல்லாம், வெற்றிக்கு அடையாளங்கள்.

'ஸோ?' என்றார், என்னைப் பார்த்து. மேஜை மேல் வைத்திருந்த சிகரெட் பெட்டியை எடுத்து, 'தேவ் ஆனந்த்' போல் ஒரு தட்டுத்

தட்டி வாயில் பொருத்தினார். 'ஸ்மோக்' என்றார். 'இல்லை' என்றேன். லைட்டரின் 'க்ளிக்'கில் ஜோதி எம்பிப் பற்றவைத்து விட்டுத் தணிந்தது.

ராஜேஷ், 'டாட்! கேன் ஐ டேக் தி கார்?' என்றான்.

அவர், 'நோ ராஜ், எனக்கு ஒரு கான்ஃப்ரன்ஸ் போக வேண்டும்'.

'ஐ வில் ட்ராப் யூ' என்றான், கெஞ்சலாக.

'ஓகே. ஒரு அஞ்சு நிமிஷம் வெயிட் பண்ணு. பெட்ரூமில் சாவி இருக்கிறது. அம்மாவை எழுப்பாதே. அவள் தூங்கட்டும்'.

நான் மரமண்டை இல்லை. எனக்கு ஐந்து நிமிஷம் கொடுத்திருக் கிறார். அதற்குள், வந்த காரியத்தை முடித்துக்கொள்ள வேண்டும்.

'எஸ். ராமச்சந்திரன் எப்படி இருக்கே? ஜானகி எப்படி இருக்கிறா?'

'ராஜாராமன் சார்!'

'என்ன?'

'என் பெயர் ராஜாராமன் சார்'.

'எஸ்! ராஜாராமன். இல்லையென்று யார் சொன்னார்கள்! ஒருவரும் அதை மறுக்கவில்லையே!' என்று சிரித்தார். நான் பின் பாட்டாகச் சிரித்தேன்.

'சரி, ஜானகி எப்படி இருக்கிறாள்?'

'ஜானகி செத்துப்போய் இரண்டு வருஷங்கள் ஆச்சு'.

'ஓ எஸ், ஓ எஸ், ரிமெம்பர் நௌ. இட்ஸ் எ பிடி. அவளுக்கு எத்தனை குழந்தைகள்?'

'ஒரு பையன், இரண்டு வயசுப் பையன்'.

'ஆமாம், ஜானகி தம்பி ஒருத்தன் டில்லியிலே செக்ரடேரியட் டிலே வேலையாயிருக்கிறான் இல்லையா?'

''விண் விண்' என்று தலை வலி தெறித்தது எனக்கு. கோபம் கலந்த தலை வலி.

'நான்தான் சார், ஜானகி தம்பி'

‘ஸோ ஸாரி. எனக்கு ரொம்ப மோசமான மெமரி. நம்ம ரிலேஷன்ஸ்கூட டச்சே விட்டுப்போச்சு. ஏன்? தூர தேசத்திலே இருக்கோம். சௌக்கியமா இருக்கிறாயா?’’

‘சௌக்கியம் சார்’.

‘இப்ப என்ன வேணும் உனக்கு?’

அந்த நேரம் வந்துவிட்டது. திடீரென்று, இரண்டடி உயர மனிதன்போல் உணரும் நேரம். இந்திரன்போல் கூச்சப்பட வேண்டிய நேரம். பணம் கேட்க வேண்டிய நேரம்.

‘எனக்கு முந்நூத்தி அம்பது ரூபாய் பணம் வேணும் சார். எங்க அம்...’

‘நான் நினைச்சேன், எப்ப வேணும்?’

‘இப்ப சார், எங்கம்மா...’

‘என்கிட்ட பணமா இருக்கான்னு பார்க்கிறேன்’. பர்சை எடுத்தார். எட்டிப் பார்த்தார். ‘ம்ஹூம்! இல்லை. ‘செக்’ எழுதித் தருகிறேன். ஸ்டேட் பாங்கிலே மாத்திக்கிறாயா!’

‘சரி, சார். ரொம்ப வந்தனம். எங்க அம்மாவுக்கு...’

‘திருப்பித் தருவியா?’

‘கொஞ்சம் கொஞ்சமாகத் திருப்பிவிடுகிறேன். சார், எங்க அ...’

எழுந்து போய்விட்டார். ‘செக்’ புத்தகம் கொண்டு வர.

‘மடையனே, என்னைப் பேசவிடேன். எனக்கு இந்தப் பணம் எதற்கு என்று சொல்லவிடேன். என் அம்மாவின் உடல் நிலை கவலைக்கிடமாக இருப்பதால்தான், உன்னிடம் வந்து தொங்குகிறேன் என்று பேச விடேன்!’’

‘‘செக்’ புத்தகம் கொண்டு வந்தார்! பேனாவை பிரித்தார்.

‘உன் முழுப் பெயர் என்ன?’

சொன்னேன்.

‘ஸ்பெல்லிங்?’

சொன்னேன்.

''செக்'கை எழுதிக் கையில் கொடுத்தார். கொடுக்கும்போது, 'நான் இதை அடிக்கடி செய்யறதா எனக்குப் படுகிறது'' என்றார்.

'எதை சார்?'

'இந்த மாதிரி, உறவுக்காரங்களுக்கு 'செக்' எழுதறதை'.

'இல்லை சார். என் கேஸிலே ரொம்ப அவசரமான தேவை. எங்க அம்மாவுக்கு சீரி...'

'தேவை எல்லாருக்கும்தான் இருக்கு. இந்த தேசத்துக்கே பணம் தேவை. உன் கேஸையே எடுத்துக்கலாம். இத்தனை நாள் டில்லியிலே இருந்திருக்கே, எத்தனை தடவை வீட்டுக்கு வந்திருக்கே?'

என் கோபம், என்னைப் பதில் சொல்ல விடவில்லை.

'எப்போ வருகிறாய்? உனக்குப் பணம் தேவையாய் இருக்கிற போது. நான் தான் இருக்கிறேனே, 'செக்' எழுதுகிற மிஷின்! என் கழுத்தில் போர்டு போட்டுத் தொங்கவிட்டிருக்கு, இல்லையா. 'ஏமாளி' என்று. இவரிடம் எப்பொழுதும் கடன் கேட்கலாம் என்று. நம்ம ஸவுத் இண்டியன் மெண்ட்டாலிட்டியே அப்படி. நான் பொதுவாகத்தான் சொல்கிறேன். உன்னைத் தனியாகச் சொல்லவில்லை. நான்தான், நம் குடும்பத்துக்கு 'செக்' எழுதுகிற மிஷின்!'

அவர், மேலே மேலே பேசப் பேச, என் கோபம் 'போயிங்' விமானம் புறப்படும் சத்தம்போல், மெதுவாக ஆரம்பித்து உலகத்தையே சாப்பிடும் வேதனை எல்லைவரை உயர்ந்தது.

'அன்னிக்கு ரெண்டு பேர் வந்தாங்க... நாங்கள் இரண்டு பேரும் உங்களுக்கு உறவு...'

பாதியில் நிறுத்திவிட்டார். ஏன்! நான், அவர் முகத்தின் முன்னால் அவர் கொடுத்த 'செக்'கை நாலாகக் கிழித்து பறக்கவிட்டேன். 'சார், உங்க பணம் எனக்கு வேண்டாம். உங்களுக்கு ட்ரபிள் கொடுத்ததுக்கு மன்னிச்சுக்குங்க. உங்ககிட்ட வந்ததே தப்பு. தேவை, மிக மோசமான தேவை. இல்லேன்னா உங்களுக்குத் தொந்தரவு கொடுத்திருக்கமாட்டேன். தயவுசெய்து கான்பரன்ஸுக்கு போங்க. இந்த தேசத்தைப் பரிபாலனம் பண்ணுங்க'

அவர் முகம் மாறியது. 'ராஜாராமன், கடன் வாங்க வந்தவனுக்கு இவ்வளவு கோபம் உதவாது. நீ இவ்வளவு கேவலமாக நடந்து கொண்டதற்கு, உன் கழுத்தைப் பிடித்து வெளியே தள்ள வேண்டும். மரியாதையாகப் போயிடு. கெட் லாஸ்ட் யூ பாஸ்டர்ட்!'

'கெட் ரிச் யூ பாஸ்டர்ட்' என்றேன்; சிரித்தேன்.

'மன்ஸாராம்!' என்று சேவகனைக் கூப்பிட்டார்.

மன்ஸாராம் வருவதற்குள், ராஜாராம் கழண்டுகொண்டேன்.

வெளியில் வந்து நின்ற என் நிலைமையைப் பாருங்கள். கௌரவம், மானம் என்பதெல்லாம் பணம் உள்ளவர்களுக்கு உரியவை. எனக்கு ஏன்? அவர் சாதாரணமாகத்தான் பேசினார். அவர் வெறுப்பு அவருக்கு. அந்த வார்த்தைகளைப் பேசாமல் கேட்டுக்கொண்டிருந்துவிட்டு, 'செக்'கை வாங்கி மாற்றி டிக்கெட் வாங்கியிருக்கலாம்.

ஆனால், அந்த சமயம் நான் செய்த முற்றிலும் எதிர்பாராத செயலில், அந்த ஒரு தருணத்தில் பூர்ணமாக வாழ்ந்தேன் நான்.

நீங்கள் இவ்வளவு பொறுமையாக இதுவரை படித்தீர்கள். கடனாக முந்நூற்று இருபத்தைந்து ரூபாய் கொடுங்களேன். கொஞ்சம் கொஞ்சமாகத் திருப்பிக் கொடுத்துவிடுகிறேன். என் அம்மாவின் உடல் நிலை கவலைக்கிடமாக இருக்கிறது. அவளைப் போய்ப் பார்க்க வேண்டும்.

இப்படித்தான் காதலிக்கிறார்கள்

நான் என்றால், இந்தக் கதையை எழுதும் எஸ். ரங்கராஜன் இல்லை. இவன், நான் சொல்லச் சொல்ல அப்படியே எழுதிக்கொண்டு வரு கிறான். அவ்வளவுதான். நான் வியாசர். இவன் பிள்ளையார். இவன் எழுதும் கதைகளை நான் படித்ததுண்டு. எல்லாம் உதவாக்கரை. நகைத் திருட்டு, எக்ஸ்ட்ரா நடிகைகளைப் பற்றி எல்லாம் எழுதினால் எப்படி உருப்படுவான்? இதெல்லாம், இலக்கியத்தோடு சேராது. பெரிய இலக்கியத்துக்கு முதலில் தீவிரம் வேண்டும். கோபம் வேண்டும். என்னைப்போல் 'ஸாலிங்கர்' படித்திருக்க வேண்டும். முண்ட கோபனிஷத் தலைகீழாகத் தெரிய வேண்டும். பத்துப் பேர் செய்யும் பேரிரைச்சலுக்கு மத்தியில் அமைதி இருப்பதை அறிய வேண்டும். பார்வையில் கூர்மை வேண்டும். காலையில், பட்சிகளுக்கு முன் எழுந்து பெர்க்ஸன் படிக்க வேண்டும். சங்கீதத்தில் லயிப்பு வேண்டும். பெண்களிடத்தில் லயிப்பு வேண்டும்.

இன்று காலை, அமைதியாக இருந்தது. எதிரே இவன் உட்கார்ந்திருக்கிறான். காகிதம் எடுத்துக் கொள். பென்சில் சீவிக்கொள். த், ப் எல்லாம் சரியாகப் போடு. நான் சொல்வதை அப்படியே எழுது. பயப்படாதே. இன்று என் மனசில் பல தினங்களாக ரூபமில்லாமல் இருந்த விஷயங் கள் ரூபமெடுக்கின்றன. நான் சொல்லப் போவது ஒரு கதை. என் கதை. கதை என்றால் சேகர், உஷா, மாமா பெண், காதல், குழப்பம், அப்புறம் சுபம் சுபம் என்று எண்ணிக்கொண் டால், எழுந்து போ. இது வேறு தினுசு. இது, தமிழில் இப்படி எழுதப்படவில்லை.

எனக்கு சொந்த ஜில்லா சேலம். அதில் ஒரு ஊர். பெயர் சொல்லக் கூடாது. அங்கு எனக்கு வீடு இருக்கிறது. நான், அப்பாவுக்கு ஒரே பையன். அப்பா விட்டுச்சென்ற சொத்து முழுவதும் எனக்கு வந்தது. அதை நான் அழித்தேன். அது கதையின் விஷயம் அல்ல. கதை ஆரம்பிக்கிற சமயம், நான் சொத்துள்ள ஒரு பிரம்மச்சாரி. பெரிய வீடு, ஒரு கார், உதவாக்கரை நண்பர்கள், ஐஸ்கிரீம் மெஷின், வாசலில் வெல்வெட் செருப்பு, உள்ளே விசிறி மடிப்பு அங்கவஸ்திரங்கள், லக்னோ ஜிப்பாக்கள், பட்டு வேஷ்டிகள், பெட்டி நிறையப் பன்னீர்ப் புகையிலை. சீட்டுக் கச்சேரி, இலக்கிய சர்ச்சைகள், மாடு மாதிரி ரேடியோகிராம், நூற்றுக் கணக்கில் இசைத் தட்டுக்கள், இளமையின் விளையாட்டுகள், லலிதா!

லலிதா, என் பக்கத்து வீட்டுக்குப் பக்கத்து வீட்டுக்குப் பக்கத்து வீட்டுப் பெண். ஏழைப் பெண். நான் பணக்காரப் பையன். எங்களுக்குள் ஜனிக்க வேண்டியது என்ன? காதல். இந்த வஸ்து, என் கதையில் சுத்தமாகக் கிடையாது. முதலில், லலிதாவை நான் கவனிக்கவே இல்லை. ஒருநாள், ராஜாமாமன் கொண்டுவந்த பைனாக்குலர் - இதற்குத் தமிழில் என்னவோ - அதைக் கண்களில் பொருத்தி, மாடி ஜன்னலில் இருந்து தெருவில் போகும் ஆட்டுக்குட்டி, பால்காரி, தேவி டாக்கீஸ் விளம்பர வண்டியில் தேவிகா - இப்படிப் பார்த்துக்கொண்டிருந்தேன். சரேல் என்று லலிதா தென்பட்டாள். முகத்தில் தலைமயிர் புரள, அதைத் தள்ளிவிட்டுக்கொண்டு ஒரு புதிய கன்றுக்குட்டிபோல் உடம்பை வைத்துக்கொண்டு, புஸ்தகங்களை அணைத்துக்கொண்டு, நடையில் 'நீ வா, நீ வா' என்று பின்னல் ஆட ஆட, நிறமான நிறமான நிறமாக, உடலான உடலான உடலாக, வடிவான வடிவான வடிவாகச் சென்றாள். இவளை நான் ஏன் இதுவரை கவனிக்கவில்லை. இது, முதல் கேள்வியாக என் மனத்தில் எழுந்தது. மேலும், நான் ஏன் எங்கெங்கோ புஸ்தகங்களிலும் வஸ்துகளிலும் தேடுகிறேன். என்னத்தைத் தேடுகிறேன்? ஆழ்வார் பாடல்களிலும், ஆலய இருட்டிலும் இல்லாத சர்வ சுந்தரசாரம் - இந்தப் பிரயோகத்துக்கு மன்னிக்கவும் - இதோ இந்தப் பூமியில், இந்தத் தெருவில், என் பார்வையில் இருக் கிறாளே - புரியவில்லையா, பின்னால் புரியும். பொறு.

லலிதாவைப் பற்றிய மேல் விவரங்களைச் சில வரிகளில் சொல்கிறேன்.

வயது பத்தொன்பது. மக்குப் பெண். இன்னும் எஸ்.எஸ்.எல்.சி. படிக்கிறாள். அப்பா பரம ஏழை. ஸ்திரமான வேலை கிடையாது. வாய்ச் சவடால் ஆசாமி. குடும்பத்தைக் கவனிப்பது கிடையாது. ஆறு பெண் குழந்தைகள். ஒரு அம்மா, ஒரு மனைவி, ஆறு பெண்களில் முதல்வள் லலிதா. அப்புறம் ரேவதி, சரஸ்வதி, பானு, சுமதி, காயத்ரி.

எங்கள் ஊரில் வீடுகள் ஒட்டி ஒட்டி இருக்கும். மாடி வழியாக எகிறிக் குதித்து, எட்டுப் பத்து வீடுகள் தாண்டிப் போகலாம். முதலில் எனக்கு இப்படித்தான் தோன்றியது. நான் இவளிடத் தில்... இவளிடத்தில்... கொஞ்சம் இரு... யோசிக்கிறேன்... சரி எழுது. நான் இவளை விரும்புகிறேன் என்பதை முதலில் இவள் அறிய வேண்டும். இவள் எப்படிப்பட்டவள் என்பது எனக்குத் தெரிய வேண்டும். நான் ஒன்று சொல்கிறேன் எழுதுகிறாயா? ஒரு ஏழைப் பெண் அழகாயிருப்பது தப்பு என்பது என் அபிப்பிராயம். அழகு உபயோகம் இல்லாமல் போய்விடுகிறது.

மிலிடரியில் போல ஏற்பாடுகள் செய்தேன். பணம்டா பணம். மற்றவர்கள் துணை தேவையே இல்லை. என் திட்டத்தில் முதல் பகுதி... அவசரப்படாதே.

பெண்கள் எல்லோருக்கும், மாடியில் வாரப் பத்திரிகை படிக்கும் மூன்று நாள்கள் உண்டு. லலிதாவின் அந்த நாள்களுக்காகப் பதினெட்டு தினங்கள் காத்திருந்தேன். அப்புறம், அவளை அவள் வீட்டு மாடியில் பார்த்தேன். பூப்போட்ட வாயில் தாவணியும், கறுப்புப் பாவாடையும், சிவந்த சிவந்த கன்னங்களும், உதடுகளும், சிரித்தால் சுழி விழும் கன்னங்களும்... (மேல் வர்ணனைகளை நான் எஸ்.ரங்கராஜன், சென்ஸார் செய்ய வேண்டிய நிர்ப்பந்தத்துக்கு மன்னிக்கவும்).

ஆச்சா, முதல் காரியமாக ஒரு காயிதம் எழுதினேன். ரொம்ப மோசமான தமிழ், தமிழ் காதல் காயிதம் எழுதுவதற்குத் தகுதியான மொழியில்லை. இங்கிலீஷில் விளையாடியிருப் பேன். அந்தப் பெண்ணுக்கு இங்கிலீஷ் வராது. தமிழில் எழுதித் தொலைக்கவேண்டியிருந்தது. எப்படி எழுதினேன். உன்னைப் பார்த்ததில் இருந்து எனக்குச் சாப்பாடு பிடிக்கவில்லை. காரில் கன்னா பின்னா என்று அலைகிறேன். (என் அந்தஸ்தைக் காட்டவேண்டிய நிர்ப்பதம்). நீ என் இதய ராணி. உன்னைப் போல் அழகியைப் பார்த்தது கிடையாது. உனக்குப் பட்டுப்

புடவை வேண்டுமா? வைரத்தில் மாலைச்சரடு வேண்டுமா? உன் போட்டோ அனுப்பு, பூஜை பண்ண வேண்டும். நீ என்னைச் சந்திக்க வருவாயா? பதில் போடுவாயா? இப்படிக்கு என் பெயர்.

எஸ்.எஸ்.எல்.சி.யில் செலக்ஷன் ஆகாத மக்குப் பெண்ணுக்குப் பின் எப்படி எழுதுவார்களாம்? இப்படித்தான் எழுத வேண்டும் என்று என் மனசு சொல்லிற்று. இதை எழுதி, கூழாங்கல்லைச் சுற்றி அவள் மேல் எறிந்துவிட்டு, மறுபடி வந்து படுத்துக் கொண்டுவிட்டேன். மனசு திடும் திடும் என்று அடிக்கிறது. பதில் எழுதுவாளா? ஊரைக் கூட்டுவாளா? என்ன செய்வாள்?

பதிலும் எழுதவில்லை. ஊரையும் கூட்டவில்லை. அவள் தன் பாட்டுக்குப் பள்ளிக்கூடம் சென்றுகொண்டிருந்தாள். என் கடிதம் வந்ததாகவே காட்டிக்கொள்ளவில்லை. ஒன்று சொல்கிறேன். கேட்டுக்கொள். பெண்களுக்கு மனசில் ஆழம் அதிகம். அந்த ஜாதியே, தயங்குகிற ஜாதி. ஆயிரம் ரகசியங்களை உள்ளே அழுத்தி மறைக்கக்கூடிய திறமை உள்ள ஜாதி. அந்தப் பெண், நாலு மாசம் நான் இப்படிப் பார்த்து அப்படிப் பார்த்து எழுதி அனுப்பிய லெட்டர்களையெல்லாம் என்ன பண்ணினாள்? தெரியாது. ஆனால் பதில்? ஒரு பதில் கிடையாது!

பணத்துக்கும், ஒரு பெண்ணின் பிடிவாதமான மவுனத்துக்கும் போட்டி வந்தா எது ஜெயிக்கும்? அவளை நான் விடவில்லை. பள்ளிக்கூடத்துக்குப் போகும்போது, நானும் கணக்காக டிரஸ் செய்துகொண்டு ரங்கண்ணா கடையில் நிற்பேன். அவள் நோட்டு புஸ்தகங்கள் வாங்க அந்தக் கடைக்கு வருவாள். அப்போது, ரங்கண்ணாவை அதட்டி விலகச் சொல்லிவிட்டு, நான் விற்பேன். எப்படி? அவள் கீழே பார்த்துக்கொண்டே, 'ஒரு கொயர் அன்ரூல்ட்' என்பாள். சொல்லி முடிப்பதற்குள், அவள் எதிரில் நோட்டை வைப்பேன். அதில், என் கடிதம் ஒன்றைச் செருகி... பணம் கொடுக்க வரும்போது, பணம் கொடுத்தாகி விட்டது, வேண்டாம் என்பேன். கூட சாக்லேட், பிளாஸ்டிக் போரா, வாசனைப் பாக்கு எல்லாம் தருவேன். பேசவே மாட்டாள்.

அவள் வீட்டுக்கு எதிரில் ஒரு கோனார் இருந்தார். அவர் பணமுடையில் என்னை வந்து பணம் கேட்க, கோனாரின் உதவாக்கரை வீட்டை, ஏக விலை கொடுத்து வாங்கினேன். வாங்கி அதைப் பழுதுபார்த்து லாந்தி, திரும்பக் கட்டி,

பெண்களுக்குத் தையல் கிளாஸ், ஹிந்திக்கு ஒரு டீச்சரம்மா வைத்து, மாதர் முன்னேற்ற சங்கம் ஒன்று ஆரம்பித்தேன். எல்லாப் பெண்களும் வந்து சேர்ந்தார்கள். அவள் சேரவில்லை.

அப்புறம் நதிக்கரையில் அவளைச் சந்திக்க முயன்றேன். முடியவில்லை. கோயிலில் மடக்க முற்பட்டேன். முடிய வில்லை. சினிமாவிலிருந்து திரும்பும்போது, ஒருநாள் என்னைப் பார்த்ததும் ஓடியிருக்கிறாள்.

அவள் மேல் எனக்கு ஆர்வம் அதிகமாயிற்று. ஆர்வம் என்று சொல், மோகம் என்று சொல், தாகம் என்று சொல், ஆத்திரம் என்று சொல், விருப்பம் என்று சொல், வேதனை என்று சொல்... என் பொறுமையைச் சோதித்த இந்த மாதங்கள் கழிந்தன. திடீரென்று அவள் போக்கில் திருப்பம் ஏற்பட்டது. என்னால் நம்ப முடியவில்லை. அவள் தங்கை ஒருத்தி, என்னிடம் புஸ்தகத்தைக் கொண்டுவந்து கொடுத்துவிட்டு, 'அக்கா இதைக் கொடுக்கச் சொன்னா' என்றாள். என்ன தைரியமான செயல். புஸ்தகத்துக்குள் ஒரு கடிதம் இருந்தது. அதில் மொட்டையாக...

'வெள்ளிக்கிழமை 25-ந் தேதி, வீட்டில் எல்லோரும் மதராஸ் போகிறார்கள். ஒரு கல்யாணத்துக்கு. எனக்கு பரீட்சை. அதனால் போகவில்லை. சனிக்கிழமை சாயங்காலம், இருட்டினதும் மேலத் தெருவும், மெயின் ரோடும் சந்திக்கிற இடத்தில் நிற்கிறேன். காரில் வரவும். நாம் இரண்டு பேரும் பேசிக் கொள்ளச் சந்தர்ப்பம்...'

சரணாகதி இவ்வளவு சுலபத்தில் கிடைக்கும் என்று நான் எதிர்பார்க்கவில்லை. பெண்ணே! நான் உனக்காக மாசக்கணக் கில் தவம் கிடந்தாச்சு. இப்பத்தான் உன்னைத் தனியா, சந்திக்கிற சந்தர்ப்பம் கிடைக்கிறது. நான் உன்னுடன் பேசப்போவது காதல் பாஷை இல்லை. நம் சந்திப்பில் பேச்சு அதிகம் இருக்காது. இது காதல் இல்லை. நான் இவ்வளவு தூரம் உன்னைத் துரத்தியது, உன்னிடம் ப்ளேடோ படிக்க இல்லை. நான் செய்யப் போவது... ஆராய்ச்சி.

நீ மனுஷிதானா அல்லது தேவதையா? உன் உடம்பு, மிடாஸின் பெண்போலத் தங்க ரூபமாக இருக்குமா? இல்லை, டன்லப் பில்லோவா? நீ ராஜ வம்சத்திலிருந்து தப்பிப் பிறந்துவிட்டவளா? தேவதையா? கழுதைப் பாலில் குளித்த கிளியோபாட்ராவா? அரசர்களை வருஷக்கணக்கில் சண்டை போடவைத்த ஹெலனா?

கிரேக்க தேவதையா? உன் கண் இமைகள் எப்படி இருக்கும்? உனக்கு ஞானோபதேசம் செய்ய ரிஷி மாதிரி வருகிறேன். நீ மூடி வைத்துள்ள உன் மவுன அழகுக்குத் திறப்பு விழா நடக்கப் போகிறது. நாயனம் இல்லாமல், சிவப்பு நாடா கத்திரிக்கோல் இல்லாமல், லௌட் ஸ்பீக்கர் சங்கீதம் பேச்சு இல்லாமல், காரில் இருட்டில், டார்ச் ஒளியில் உனக்கு ஞானோபதேசம். உன் உடம்பை ஒவ்வொரு பகுதியாக... (மன்னிக்கவம். மறுபடி சென்ஸார் செய்யவேண்டியிருக்கிறது. ஸ்ரீ... அவர்கள் மிக அருமையான சில வாக்கியங்களைப் பிரயோகித்தார். துரதிருஷ்ட வசமாக, நம் வாசகர் கூட்டம் அவ்வளவு பக்குவம் அடைய வில்லை).

சனிக்கிழமை வம்புக்காகத் தீவிரமாக ஏற்பாடுகள் செய்தேன். காரின் முன் சீட்டை பின்னால் மடங்க வசதி செய்துகொண்டேன். உள்ளே ஒரு மின்விசிறி அமைத்தேன். ஒரு டார்ச் வைத்தேன். சில சௌகரியமான தலையணைகள், ரேடியோ பொருத்தினேன்.

சனிக்கிழமை மாலை இருட்டியதும் காரை விரட்டினேன். சொன்ன இடத்தில் காத்திருந்தாள். சுற்றிலும் ஒருவரும் இல்லை. அவளைக் கிட்டத்தில் பார்த்ததும், அவள் அபார உயரம் தெரிந்தது. பதற்றத்துடன் கதவைத் திறந்து, பின் சீட்டில் உட்கார்ந்தாள். நான் முன்னே வா என்றேன். 'ஊஹூம்' என்று தலையசைத்தாள்.

'முன்னே வா'.

'எனக்குப் பயமாக இருக்கிறது. ஊரைத் தாண்டிப் போய்விட லாம்'. கார் விரைய... அவளுடன் என்ன பேசுவது? நான் உன்னைக் காதலிக்கிறேன் என்று சினிமா சத்தியம் பண்ணவா? நிஜம் சொல்லவா, எதற்கு வந்தேன் என்று.

ஏழு மைல் கடந்து, அடர்த்தியான தென்னந்தோப்பு அருகில் காரை நிறுத்தினேன். தனிமை. மெயின் ரோடில் இருந்து விலகி விட்டேன். (லாரிகள் அதிகம்). இருட்டுப் பூச்சிகள் சப்தம், ஈர வாசனை, அவள் சூடியிருந்த மல்லிகை வாசனை - எல்லா வற்றையும் விவரிப்பது வீண். இதோ, நடந்ததைச் சொல்கிறேன்.

முன்னால் வா என்றேன். வரவில்லை. தயங்கினாள். திரும்பித் திரும்பிப் பின்னால் பார்த்தாள், யாராவது வருகிறார்களா என்று. காரின் உள் விளக்கின் மங்கிய வெளிச்சத்தில் அவள் முகத்தில் பயம்

தெரிந்தது. வியர்வையால் நெற்றிப் பொட்டு அழிந்திருந்தது. என் பொறுமையைச் சோதித்தாள். சரி, நான் அங்கு வருகிறேன் என்று முன் கதவைச் சாத்திவிட்டுப் பின்னால் போய் அவள் பக்கத்தில் உட்கார்ந்தேன். அவள் ஓரத்தில் குறுக்கி, முழங்காலை மடக்கிக் கொண்டு உட்கார்ந்தாள். அவளை முதல் தடவையாகத் தொட்டு இழுத்து என் மடிமேல் சாய்த்தேன். திமிறினாள், மிகுந்த பலத் துடன். என் மேல் கோபம் அதிகமாகியது. அவள் ஸ்பரிசம் தந்த வேகத்தில், என் நரம்புகள் வெடித்தன. அவள் ஆடையைப் பற்றி இழுத்தேன். வெயில் படாத அவள் உள் உடம்பின் வெண்மை தெரிய, ஆடை கிழிய, தலை கலைய -

'லலிதா, பயப்படாதே! நான் உன்னை ஒன்றும் செய்யப்போவ தில்லை...' என்றேன். அர்த்தம் இல்லாமல், 'எனக்குப் பயமா இருக்கு' என்றாள். குரல் நடுங்கியது.

'என்ன பயம்?'

'பதிலில்லை'.

'என்ன பயம்?' புலி. மற்றொரு புலி. இரண்டும் சண்டைபோட்டால் எப்படி இருக்கும். அந்தச் சண்டையை வர்ணிக்க முடியுமா? பற்றி, இழுத்து, மடக்கி, விலக்கி, நெருக்கி, வளைத்து, நினைத்து, மகிழ்ந்து, வெடித்து... இப்படிச் சிறு சிறு வார்த்தைகள்தான் அந்தப் போராட்டத்தை அரைகுறையாகக் காட்டும்.

'என்னை விட்டுவிடுங்கள். என்னை விட்டுவிடுங்கள். திரும்பிப் போய்விடலாம். நீங்கள் பெரிய ஆபத்தில் இருக்கிறீர்கள்' என்றாள். அழ ஆரம்பித்தாள்.

நான் தயங்கினேன். 'என்ன ஆபத்து?' என்றேன்.

'என் அப்பா'.

அவள் சொல்லி முடிப்பதற்குள், தடதடவென்று ஒரு ஓட்டைக் கார் பக்கத்தில், விளக்கு இல்லாமல் வந்து நின்றது. அதிலிருந்து ஆறு ஆள்கள், கம்பும் கழியுமாக இறங்கினார்கள். ஒருவன், செருப்பைக் கழற்றிக் கையில் வைத்துக்கொண்டான். மற்றொரு வன், காரின் பின் கதவைத் திறக்கப் பார்த்து, அது பூட்டி இருக்க, முன் கதவைத் திறந்து, 'வாடா வெளியே, வாடா' என்று உரக்கக் கத்தினான். லலிதாவின் அப்பா வெளியே நின்றான். மற்றவர்கள் அவன் சிநேகிதர்கள். சில்லறை ரௌடிகள்... லலிதா விசித்து

விசித்து அழுதாள். அவள் அப்பா அவர்களை நிறுத்தி, 'இருங்க இருங்க, இவனைத் தனியா விடுங்க. கோபி, நீ மட்டும் வா' என்றான். கோபி என்பவனும், லலிதாவின் அப்பாவும் என்னைப் பிடித்து அழைத்துச் சென்றனர்.

கோபி சொன்னான். 'ஒரு வயசு வந்த பெண்ணைக் கெடுத்து, அவள் வாழ்க்கையைப் பாழ் பண்ணிவிட்டாய். அது ஊர் பூரா தெரிந்துவிடும். நாங்கள் கிரிமினல் அஸால்ட் வழக்கு - மான நஷ்ட வழக்கு எல்லாம் போடப் போகிறோம். லட்ச ரூபா இருக்கா உங்கிட்ட? இவ்வளவு பேர் சாட்சிகள் வைத்திருக் கிறோம். நீ செய்ய வேண்டியது ஒண்ணு. பேசாமல், காதும் காதும் வைத்தாற்போல் லலிதாவைக் கல்யாணம் செய்து கொண்டுவிடு. எல்லாம் சரியாய்ப் போயிடும்'.

எனக்கு அவர்கள் மோசடி புரிந்தது. லலிதாவை வைத்து எனக்குக் கடிதம் எழுதச் சொன்னதும் அவள் அப்பாதான். பெண்ணை அனுப்பிவிட்டு, பின்னால் ஆறு சாட்சியங்களுடன் வந்திருக் கிறான். என்னிடம் பணம் இருக்கு. பெண்ணை எப்படியும் என் தலையில் கட்டிவிடலாம். சரியான மோசடி.

அடுத்த மாதம், எனக்கும் லலிதாவுக்கும் கல்யாணம் நடந்தது. பக்கத்தில், ஒரு குட்டிக் கோயிலில் ரகசியமாக ஒரு ஜாதி விட்டு ஜாதிக் கல்யாணமாக நடந்தது. அரை நாள் கல்யாணம். நாயனம் கூட அடக்கி வாசித்தார்கள். இனிமேல் என்ன? கதைக்கு சுபம் தானே? கதாநாயகன் தான் விரும்பிய கதாநாயகியை மணந்து கொண்டுவிட்டான். அப்புறம், இருவரும் எப்போதும் சந்தோஷ மாக இருந்தார்கள்தானே? இல்லை! எந்தப் பொருளும் நமக்குக் கிட்டாதபோதுதான் ஆசை இருக்கிறது. பணம் அப்படி. கடை யில் வைத்திருக்கும் புதிய ரெடிமேட் சட்டை அப்படி. பெண் களும் அப்படித்தான். கிடைத்த பிற்பாடு, மோகம் பாதி போய் விடுகிறது. மேலும், லலிதா என்னை ஏமாற்றி மணந்து கொண்டதில் ஏற்பட்ட கோபம் எனக்குத் தணியவே இல்லை. படிப்பு வித்தியாசம் வேறு... போகிறது. இது சில வருஷங் களுக்கு முந்தின கதை. லலிதாவை இப்பொழுது பார்த்தால், பழைய லலிதா என்று சொல்ல முடியாது. குழந்தை மூன்று பெற்றுவிட்டாள். வயிறு பெரிசாகி, உட்கார்ந்துபோய், ஏகப் பட்டதைச் சாப்பிட்டாள். உடம்பு பெருத்து, ஒரு சிறிய யானைக் குட்டிபோல் இருக்கிறாள். நான்? முன் மயிர் உதிர்ந்து, இளந் தொந்தி விழுந்து, சொத்து பாதியாய்க் கரைந்து, தற்போது

27

கத்யத்ரயம் படித்துக்கொண்டிருக்கிறேன். ஆனால், பழைய நெருப்புகள், மனசில் இன்னும் சஞ்சரிக்கின்றன. மனசு அலை கிறது. நல்ல பாட்டுக்காக நல்ல எழுத்துக்காக, நல்ல காப்பிக்காக - நல்ல பூர்த்தியாகாத தாகங்கள்.

பழைய பைனாகுலரை அன்று தூசி தட்டி, மாடி ஜன்னல் வழியாகப் பார்த்துக்கொண்டிருந்தேன். ஊர்ப் புழுதி அப்படியே இருக்கிறது. ஊரில் மாற்றமில்லை. ஜனங்கள்தான் மாறிவிட்டார் கள். சின்னவர்கள், பெரியவர்களாகிவிட்டார்கள். பெரியவர்கள், கிழவர்களாகிவிட்டார்கள். கிழவர்கள், செத்துப்போய்விட்டார் கள். அதோ, பால்காரி போகிறாள். வண்ணான் போகிறான். அப்புறம், லலிதாவின் தங்கை ஒருத்தி போகிறாள். ரேவதியா? சரஸ்வதியா? வயசு பதினெட்டு இருக்கும். அப்படியே அவள் இருந்தாற்போல்... இல்லை. இன்னும் அவளைவிட அழகாய், ஜகஜ்ஜோதியாய்...?

ஏய், எங்கேடா ஓடுகிறாய்? மிச்சத்தையும் எழுதாமல்...

ஒரே ஒரு மாலை

இந்தக் கதை எழுதுகிற எனக்கு, இதைப் படிக்கிற உங்களைவிட அதிகமாக, ஆத்மாவையும் இந்துமதியையும் தெரியும். அவர்களைப் பற்றி என்ன சொல்ல வேண்டும். என்ன சொல்லக் கூடாது என்று பாகுபடுத்தும் உரிமை என்னிடம் இருக்கிறது. இந்த இந்தக் 'கேஸி'ல் கொஞ்சம் சங்கடமான நிலைமையாக இருக்கிறது.

பாருங்கள். இருவரும் புதிதாகக் கல்யாணம் ஆனவர்கள். புதிதாக என்றால் மிகப் புதிதாக, கையில் கட்டிய கயிறும், சங்கிலியில் தெரியும் மஞ்சளும், ஒருவரைப் பற்றி ஒருவர் அதிகம் தெரியாத ஆர்வமும், பயமும், ஒருவரை ஒருவர் தொடும்போது ஏற்படும் பிரத்யேகத் துடிப்பும் கலையாத சமயம். இந்தச் சமயத்தில் நடப்பது முழுவதும் சொல்வது கடினமான காரியம். சிலவேளை அநாகரிகமான காரியம். அவர்கள் நடந்துகொண்ட புது நிலையை வர்ணிக்கப் புதிதாய்க் கல்யாணம் ஆன ஒருவனால்தான் முழுவதும் இயலும். என் கல்யாணம் முடிந்துவிட்டது. அந்த நாள்கள், என் ஞாபகத்தில் ஆறு வருஷம் பின்னால் இருக்கின்றன.

ஆனால், என் சங்கடம் இதில் இல்லை. இந்தக் கதையில் என் பொறுப்பு ஒன்று இருக்கிறது. ஒரு நிகழ்ச்சியைச் சொல்ல வேண்டிய பொறுப்பு அது. அதை எப்படிச் சொல்வது, எங்கே சொல்வது அல்லது சொல்லாமல் விட்டுவிடலாமா என்பதுதான் என் குழப்பம். அதைப்பற்றி நான் இன்னும் தீர்மானிக்கவில்லை.

ஆத்மா, ஹல்வாராவில் விமானப் படையில் வேலை பார்க்கும் ஒரு பறக்காத 'பைலட் ஆபீஸர்'. பதினைந்தே நாள் லீவு எடுத்துக் கொண்டு புயலாக சென்னைக்கு வந்து, ரயில் மாறி, திருச்சி வந்து, சத்திரத்தில் மாடியில் இறங்கி, அவசரமாக க்ஷவரம் செய்துகொண்டு, சட்டை மாற்றி, சூட் அணிந்துகொண்டு, பெட்ரோமாக்ஸ் விளக்கு வெளிச்சத்தில், 'லோக்கல்' சின்னப்பன் நாயனத்துடன், ஒரு பழைய எம்.டி.ஒய். காரில் 'டாப்'பை விலக்கி உட்கார்ந்து, ஊர்வலம் போய், மந்திரங்களின் மத்தியில், புகைக் கண்ணீரில் அருகே இருப்பவளைப் பார்க்கச் சந்தர்ப்பம் இல்லாமல் மணம் செய்துகொண்டவன்.

இந்துமதி, பி.யூ.ஸி.யைப் பாதியில் நிறுத்திவிட்டு, ஒருநாள் திடீரென்று தனக்கு வந்த முக்கியத்துவத்தில், புடவை சாகரத் தில், எவர்சில்வர் மத்தியில், வைர ஜொலிப்பில், வரி வரியாக ஜரிகைப் பட்டுப் புடவையின் ஜாதிக்கட்டின் அசௌகரியத்தில், மாலையின் உறுத்தலில், மையின் கரிப்பில், அம்மா அவ்வப் போது தந்த 'ஆர்டர்'களில், மாமாவின் கேலியில் மணம் செய்து கொண்டவள்.

ஆத்மாவை நிமிர்ந்து ஒரு தடவை பார்த்ததில்லை. பார்த்தது, போன மாத போட்டோ ஒன்று. மார்புவரை எடுத்த, எதிரே பார்க்கும் போட்டோ. அப்பொழுது கல்யாணம் நிச்சயமாகுமா என்பது சரிவரத் தெரியாததால், அம்மா அதை அதிகம் பார்க்க அனுமதிக்கவில்லை. பார்த்து என்ன நினைப்பது என்று தெரியாத தவிப்பு. அழகான முகமா என்று அலசுவதற்கு உரிமையில்லாத சமயம். நினைவில் தேக்கிக்கொள்ள முடியாத தவிப்பு. கல்யாணம் முடிந்துவிட்டது. முடிந்து மூன்று நாள்கள் ஆகி விட்டன. தூரத்து உறவினர், படுக்கைகளைச் சுருட்டிக்கொண்டு, தேங்காய்களைக் கவர்ந்துகொண்டு விலகிவிட்டனர். ஆத்மா, அவளை உடன் அழைத்துச் செல்வதற்கு ஆறு நாள்கள் இருந்தன. பந்தங்கள் பிரிந்தன.

முறையாக, அவர்கள் அரை இருட்டில் சந்தித்தாகிவிட்டது. இந்துமதிக்கு, ஓர் ஆணின் தொடுகை எப்படிப்பட்டது என்று தெரிந்துவிட்டது. அந்த எழுபத்திரண்டு மணி நேரத்தில், விதம் விதமான அனுபவங்கள், இருவருக்கும். ஆத்மாவின் கல்யாணத் துக்கு வரமுடியாத பெரியப்பாவைச் சேவித்துவிட்டு வந்தார்கள். கோயில்களுக்குப் போய் வந்தார்கள். அவனுடன் நடக்கும் போதே, அந்த வெயில் படாத பாதங்களையும், செருப்பையும்,

ஜரிகைக் கரையின் அறுப்பையும் நிழலையும் பார்த்துக் கொண்டே, உடன் நடக்கும்போதே இந்துமதிக்குச் சந்தோஷம் திகட்டியது. எனினும், அவன் ஒவ்வொரு தடவையும் அவளைத் தொடும்போது, அவளுக்கு புல்லரிப்பைவிட பயம்தான் தெரிந் தது. இதை, ஆத்மா உணர்ந்தான். ஸ்பரிசத்தில், உள்ளுக்குள் அவள் உடம்பின் தசைகள் மிக மெலிதாக இறுகுவதை அவன் கவனித்தான். பெண் புதியவள், மிகப் புதியவள் என்று எண்ணிக் கொண்டான். மேலும் மேலும் அவனுள் ஓர் அச்சம் இருந்தது. அடிக்கடி அவளைத் தொடுவதில் தயக்கம் இருந்தது.

'முக்கியமாக, பெண்ணுக்கு 'செக்'ஸில் பயம் ஏற்படுத்தக் கூடாது. மிக ஜாக்கிரதையாக அணுக வேண்டும். பசித்த புலி இரை தேடுவதை ஞாபகப்படுத்தக் கூடாது. மேலும், எனக்கே எவ்வளவு தெரியும்? நான் படித்த புத்தகங்கள் வழங்கும் உபதேசம். சரியா, தப்பா?

'நம் கல்யாண அமைப்பு குரூரமானது. திடீரென்று ஓர் ஆணிடம் ஒரு பெண்ணைக் கொடுத்து, இவள் உன்னுடையவள் என்று வசதி செய்து கொடுப்பது கொடுமை' என்று தனக்குள் சொல்லிக் கொண்டான் ஆத்மா.

இருந்தும் -

கவிதையிலோ, உரைநடையிலோ வார்த்தைகளால் சொல்லவே முடியாத மிக அபாரமான தருணங்கள் அவர்களின் புதிய உறவில் இருந்தன! இந்தத் தருணங்கள், எல்லாக் கல்யாணங்களிலும் இருக்கின்றன. யோசித்துப் பாருங்கள். 'நீடித்து இருக்கின்றன' என்பதற்கு நான் 'கேரண்டி' இல்லை முதலில்? நிச்சயம், அந்தத் தருணங்கள், இவர்களுக்கு ஒரு சிவாஜி கணேசன் படத்தின் இருட்டில் இருந்தன. சூப்பர் மார்க்கெட் செல்லும்போது, முன் பஸ்ஸின் பின்புறத்தில் 'இரண்டு அல்லது மூன்று போதுமே' என்ற விளம்பரம் தூரத்தித் துரத்தி அடித்தபோது, ஒருவரை ஒருவர் பார்த்துக்கொண்டபோது இருந்தன.

'பெட்ரூமில் அரசாங்கம் புகுந்துவிட்டது' என்பான் ஆத்மா.

அப்புறம், மாடியில் இவர்கள் தனிப் படுக்கை சம்பிரதாயத் தில்...? எவ்வளவு பாடு இந்துமதிக்கு! ஆத்மா முதலில் போய் விடுவான். இவள், எல்லோரும் தூங்கிய பிறகு, வாசல் விளக்கை அணைத்துவிட்டு, அந்தப் பாழாய்ப்போகிற மெட்டி சத்தம்

இல்லாமல், திண்ணையில் தூங்குபவர்களின் கனமான மௌனத்தைத் தாண்டி, மரப்படியேறி, எவ்வளவு சஸ்பென்ஸ்!

அதன்பின், அதன்பின், அதன்பின்!

தருணங்கள்! அபாரமான தருணங்கள்!

நான் சொல்ல வந்தது, ஒரே ஒரு மாலை நேரத்தைப் பற்றி. இரண்டு பேரும், மெதுவாக வீட்டின் சந்தடியிலிருந்து விடுபட்டு நடக்கிறார்கள். தெற்கு வாசல் தாண்டி, 'பஸ் ஸ்டாண்ட்' தாண்டி, அம்மா மண்டபம் வந்து தனியான இடம் தேடுகிறார்கள்.

நதிக் கரை, காவிரி நதி, ஆடி மாத ஆரம்பம். மேட்டூர் அணை நிரம்பி வழிந்த பழுப்புத் தண்ணீர், இங்கிருந்து அந்தக் கரைவரை நிரம்பி, அவர்களின் புதிய உறவுபோல், உற்சாகமாக நழுவிக் கொண்டிருந்த நதி, இந்துமதிபோல். அந்த நதியில், சிறிய சிறிய பையன்கள் குதித்துக் குதித்து, எதிர்த்து எதிர்த்து நீந்தி, கரைக்கு மறுபடி வருகிறார்கள். இந்துமதிக்கு அதைப் பார்க்க ஆசை. ஆத்மாவுக்கு, மாந்தோப்பின் கரையில் தனியிடம் தேட ஆசை. அவளை அணைத்து அழைத்துச் சென்று தனியாக உட்காரு கிறான். 'உன்னிடம் நிறையப் பேச வேண்டியது இருக்கிறது. நாம் இரண்டு பேரும் முழுவதும் ஒருவரை ஒருவர் தெரிந்து கொள்ள வேண்டும். கல்யாணம் என்கிறது ஒரு 'லைஃப்டைம் சமாசாரம்''.

(அவன் பேச்சில் குறுக்கிடுவதற்கு மன்னிக்கவும். அவர்கள் சம்பாஷனையை பின்னால் தொடர உத்தேசம். அதற்குள், நான் முன்பு சொன்ன என் பொறுப்பு குறுக்கிடுகிறது. சொல்வதற்கு இதுதான் சமயம் என்று எனக்குப் படுகிறது. சுருக்கமாகச் சொல்லிவிடுகிறேன்). அவர்கள் சுமார் அரை மணி நேரம் பேசிக்கொண்டிருந்தனர். அதன்பிறகு இந்துமதி, ஆத்மாவைக் கேட்டாள். 'உங்களுக்கு நீந்தத் தெரியுமா?' என்று.

'ஓ! நன்றாக நீந்துவேன். உனக்கு?'

'எனக்கும் கொஞ்சம் தெரியும். அப்பா கேரளத்தில் இருந்தபோது கற்றுக்கொண்டேன். சுமாராகத் தெரியும்'.

'க்ரேட்! ஹௌ எபவுட் நௌ?'

'இப்பவா? ம்ஹூம்!'

‘ஏன்?’

‘இந்த நதியில் எல்லாம் எனக்கு நீந்திப் பழக்கமில்லை’.

‘பயமா?’

‘ஆம்’.

‘நான் இருக்கிறேன். ஹரித்துவாரில் கங்கையில் நீந்தி இருக்கிறேன். ஹல்வாரா போனதும், உன்னை அழைத்துப் போகிறேன். அந்த நதியின் வேகத்தைவிடவா? சீறும் கங்கை! வா, நீந்தலாம்’.

‘நான் மாட்டேன். நீங்களும் வேண்டாம்’.

‘கம்-ஆன் டியர்!’ - ஆத்மாவுக்கு, தன் மனைவியை நனைந்த உடைகளில் பார்க்க வேண்டும் என்ற இச்சை, பிடிவாதமாக மாறியது.

‘இங்கே ஒருத்தரும் இல்லை’.

‘சே, சே! என்ன கஷ்டமாகப் போய்விட்டது. எதற்குப் பேச்சை எடுத்தோம் என்று ஆகிவிட்டது’.

‘வர மாட்டாய்?’

‘ம்ஹூம், நீங்களும் போகக் கூடாது’.

‘அப்படியா?’ என்று தன் டெரிலினைக் கழற்றினான் ஆத்மா. பனியனைக் கழற்றினான். சிறிய டிராயரில் வந்து, கரைக்குச் சென்று குதித்தான். தண்ணீர் ஒரு துளி தெறிக்கவில்லை. அம்பு போலப் பாய்ச்சல். மிக அழகாக நீந்தினான். ஆற்றை எதிர்க்காமல் ஒரு பக்கம் வாங்கி, இருபத்தைந்து அடி தள்ளி கரை சேர்ந்து, தலையைச் சிலிர்த்துக்கொண்டான். மிகப் புனிதமாக, அழகாக இருந்தான். அவன் முடிகளிலிருந்து தங்கமாகச் சொட்டின தண்ணீர்த் துளிகள் (சூரியன் உபயம்). இந்துமதிக்கு அவன் உடம்பின் தசைகளையும், அவன் சிரித்துக்கொண்டே நடந்து வருவதையும் பார்க்க மிகப் பெருமையாக இருந்தது. ஆனால், முதல் தடவையாகத் தெரிந்த அவன் பிடிவாதம் அவளைப் பயப்படுத்தியது.

‘போதும், சளி பிடித்துக்கொள்ளும்’ என்றாள்.

'நீ வர மாட்டாய்?'

'நான் வரமாட்டேன். போதுமே நீந்தினது'.

'இன்னும் ஒரு தடவை, அவ்வளவுதான்'.

குதித்தான், மறுபடி அழகான குதிப்பு, நீந்தினான். மறுபடி அழகான நீச்சல். கரையிலிருந்து முப்பதடி போயிருப்பான். ஆழமான, இதமான சற்றுக் குளிர்ந்த தண்ணீர். அப்போதுதான் அவனுக்கு 'க்ராம்ப்ஸ்' ஏற்பட்டது. காலின் தசைகள் பிடித்துக் கொண்டன. காலை அசைக்க முடியவில்லை.

'க்ராம்ப்ஸ்' வருவது அவனுக்கு முதல் தடவை. நண்பர்கள் எச்சரித்திருந்தார்கள். 'வந்தால் கலவரப்படாதே, மித'. கலவரப் படாமல் இருக்க முடியவில்லை. ஆற்றின் வேகம் அவனைத் தள்ளிக்கொண்டு சென்றது. காலை அசைக்க முடியவில்லை. மேலும் மேலும், கைகளை அடித்துக்கொள்ள முயன்றான். ஒரு தடவை முழுகி, தண்ணீர் ஏகப்பட்டது உள்ளே இறங்கியது. நதி அவனைக் கடத்திக்கொண்டிருந்தது. இந்துமதியைக் கூப்பிட முயன்றான். பயம் அவனை நிரப்பியது.

தூர தூரமாகத் தன் கணவன் செல்வதையும், சீராக அவன் நீந்தாமல் பதற்றமாக அடித்துக்கொள்வதையும் பார்த்த இந்துமதி, திகைக்காமல் யோசிக்காமல், ஒரே பாய்ச்சலாகப் பட்டுப் புடவையுடனும் நகையுடனும் குதித்தாள்.

இரண்டு நாள் கழித்து, அவர்கள் இருவரும் கொள்ளிடம் சேரும் கல்லணையில் கண்டெடுக்கப்பட்டனர்.

குறுக்கிட்டதற்கு மன்னிக்கவும். அவர்கள் அரை மணிக்கு முன் பேசிக்கொண்ட பேச்சைத் தொடர்வோம்.

ஆத்மா, 'கல்யாணம் என்பது லைஃப்டைம் சமாசாரம். நாம் ஒருவரை ஒருவர் மெதுவாகத் தெரிந்துகொள்வோம். நிறைய 'டயம்' இருக்கிறது. ஒருவிதத்திலே, அது ஒரு 'கேம்பிள்'. நம் சுதந்தரம் கொஞ்சம் பறிபோகிறது. இனிமேல் நமக்கு ஒரு பொறுப்பு. அதுவும், எனக்கு ஒரு பொறுப்பு. உன்னைத் தனியாக அழைத்துக்கொண்டுபோய், பாஷை தெரியாத காட்டில் ஒரு வீட்டில் அடைக்கப்போகிறேன். அங்கே நாம் இரண்டு பேரும் தான். சந்தோஷமாக இருக்க முயல வேண்டும். சந்தோஷமாக இருக்க வேண்டும். 'கன்னா-பின்னா' என்று குழந்தைகளைப்

பெற்றுக்கொள்ளக் கூடாது. இரண்டு வருஷம் 'இடைவெளி' என்ன?''

இந்துமதி சிரித்தாள், தலைகுனிந்து. கன்னங்கள் நிறம் மாறின.

'அப்புறம் சில புத்தகங்கள் தருகிறேன். படிக்கணும். இந்தி கற்றுக்கொள்ள வேண்டும். அப்புறம் என்கிட்ட என்ன பிடிக்கிறது என்ன பிடிக்கவில்லை என்று சொல்லு'.

மௌனம்.

'ம். சொல்லு'.

'உங்களை எனக்கு நாலு நாளாகத்தானே தெரியும்'.

'நாலு நாளிலே, என்ன என்ன பிடிக்கவில்லை, சொல்லேன். என்னிடம் நீ ஃப்ரீயாக இருக்க வேண்டும்'.

'...'

'டாமிட்! சொல்லேன். ஏதாவது இருக்குமே'.

'டாமிட் டாமிட் என்று நீங்கள் அடிக்கடி சொல்கிறது பிடிக்கலை' என்றாள் தயக்கமாக.

'வெரிகுட் அப்புறம்?'

'ம்.யோசிக்கிறேன்'.

'யோசி'.

'தலையை இப்படிப் படியாமல் வாரிக்கொள்வது...!'

'ஓ, மை காட்!' என்று தலையைக் கோதிக்கொண்டான்.

'என்கிட்ட என்ன பிடிக்கலை உங்களுக்கு?'

'ஒன்றே ஒன்றுதான் பிடிக்கவில்லை'.

'என்ன?' என்றாள், ஆவலுடன்.

'என்னை நீ இரண்டு மூன்று தடவை 'அத்தான்' என்று கூப்பிட்டது. அத்தான் என்பது என் அகராதியில் ஆபாச வார்த்தை. சினிமா எக்ஸ்ட்ராக்களை ஞாபகப்படுத்தும் வார்த்தை'.

'எப்படி உங்களைக் கூப்பிடுவது என்று எனக்குத் தெரிய வில்லையே'.

'ஆத்மா என்று'.

'ஆ'

'த்'

'த்'

'மா'

'மா'

'ஆத்மா!'

சிரித்தான். 'ஹூம்' என்று தலையாட்டினாள். அவன், அவளை மார்பில் தொட்டான். பனிபோல் உறைந்தாள்.

'நான் தொட்டால் பயமாக இருக்கிறதா?'

'இல்லை, வெட்கமாக'.

'உன்னைத் தொடுவதற்கு எனக்கு லைசன்ஸ் இருக்கிறதே?'

'இப்படி, லைசென்ஸ் என்று சொல்வது எனக்குப் பிடிக்க வில்லை. என்னை உங்களுக்குப் பிடிக்கிறதா?''

'இது என்ன கேள்வி?'

'என்னை உங்களுக்குப் பிடிக்கிறதா?'

'பாதாதிகேசம், ஒவ்வொரு சதுர மில்லி மீட்டரும் பிடிக்கிறது'.

'நான் உங்களுக்குத் தகுதியானவளா?'.

'எல்லா விதத்திலும்'.

'அதிகம் படிக்கவில்லையே?'

'ஸோ வாட்?'

'எனக்கு முன்னால் எத்தனை பெண்களைப் பார்த்தீர்கள்?'

'36,621!'

'வேடிக்கை வேண்டாம். நிஜமாகச் சொல்லுங்கள்'.

'நான் பார்த்து ஆமோதித்த ஒரே, முதல் பெண் நீ'.

'என்னைப் பார்த்தபோது, முதலில் பார்த்தபோது என்ன தோன்றியது உங்களுக்கு?'

'உன்னைப் பார்க்கவேயில்லையே. நீதான் குனிந்த தலை நிமிரவில்லையே'.

'பின் எதற்காகக் கல்யாணம் செய்து கொண்டீர்களாம்?'

'இதற்காக' என்று சொல்லிவிட்டு அவன், அவளைத் தொட்டதை அவள் விரும்பவில்லை. கோபித்துக்கொண்டாள். பொய்க் கோபம்.

'உங்களுக்கு எவ்வளவு சம்பளம்?'

'டேக் ஹோம் 621. அதில், முந்நூறு ரூபாய் உனக்கு, வீட்டுச் செலவுக்குக் கொடுத்துவிடுவேன். போதுமா?'

'நான் முந்நூறு ரூபாய் நோட்டுகளை, சேர்ந்தாற்போல் பார்த்தில்லை இதுவரை'.

'பார்க்கப் போகிறாய்'.

'உங்களுக்கு ஆக்ட்டர்ஸ் யாரார் பிடிக்கும்?'

'சிவாஜி கணேசன், பால் நியூமன்'.

'அப்புறம்?'

'கே.ஆர்.விஜயா'.

இந்துமதிக்கே கே.ஆர்.விஜயாவின் மேல் பொறாமை ஏற்பட்டது.

'எனிட் பிளைட்டன்'.

'பதினைந்து வயதுப் பெண்கள் படிக்கிற புத்தகம் அது'

'எனக்கு என்ன வயசு?'

'பதினைந்தா?'

'என்னைப் பார்த்தால் என்ன வயசு மதிப்பிடுவார்கள்?'

'நான்கு'.

கோபித்துக்கொண்டாள். 'நான் சத்தியமாக உங்களுடன் பேசவே போகிறதில்லை'.

ஆத்மா சிரித்தான். அதில் உண்மையான சந்தோஷம் நிலவியது. அதன்பின் அவர்களிடையே பிரமாதமான, பூராவும் ஒருவரை உணர்ந்த, பேச்சுக்கு அவசியமில்லாத, கொஞ்ச நேரம் அற்புத மௌனம் நிலவியது. அவர்களும் அந்தச் சூரியனும் அந்த இடத்து மூன்று பெரிய உண்மைகளாக... அதன் பிறகு இந்துமதி ஆத்மாவைக் கேட்டாள்.

'உங்களுக்கு நீந்தத் தெரியுமா?'

ரஞ்சனி

ஸார்! நான் எஸ்.எஸ்.எல்.சி. வரைதான் படிச்சேன். அதற்கப்புறம் படிப்பு ஏறலெ. நான், எங்கப்பாவுக்கு இரண்டாவது பையன். என் அண்ணா நல்ல வேலையில் இருக்கான். அக்கா தங்கை கிடையாது. படிச்சு நெட்டுருப் போட்டு, பரீட்சை எழுதிப் பாஸ் பண்ண எனக்குச் சிரத்தை இல்லை, பொறுமை இல்லை, வரலை! அம்மா அப்பாவுக்குக் கவலையா இருந்தேன். எங்க குடும்பத்திலே சங்கீதம் கிடையாது. ஆரத்தி எடுக்கறபோதுகூட எங்கம்மா பாடினது கிடை யாது. எங்கப்பா, நியூஸ் கேக்கறதுக்கு மட்டும் தான் ரேடியோவைத் திருப்புவார். அப்படி இருக்க, எனக்கு எங்கிருந்து இந்த வாத்தியத்தின் மேலே மோகம் வந்தது? அது ஆச்சரியம்.

எனக்கு நன்னா ஞாபகம் இருக்கு. நியூஸுக்கு ஒரு நிமிஷம் பாக்கியிருக்கிறபோது, ரேடியோ வில் ஒத்தை வீணை மட்டும் வெச்சான். அப்ப தான் தெளிவா எனக்கு ஆசை ஏற்பட்டுது. அது ரஞ்சனி ராகம்னு கேள்விப்பட்டிருக்கேன்.

மறுநாள், உள்ளூர் ராமய்யங்காரிடம் போய், ‘ஸ்வாமி! இந்த வீணை வாத்யம் கத்துக்கறதுக்கு எத்தனை நாளாகும்!’னு கேட்டேன்.

‘யார் கத்துக்கணும்?’ என்று கேட்டார்.

‘நான்தான்’ என்றேன்.

‘முதல்லே, நீ சிகரெட் குடிக்கிறதை நிறுத் தணும். வேஷ்டி கட்டிக்கொண்டு வரணும். மூலைக்கடையில் நீ சிகரெட் பிடிக்கிறதைப் பார்த்திருக்கேன். வீணை ஒரு தெய்வீகமான

வாத்யம். அதை அணுகறதுக்கு முன்னாலே, மனுஷனுக்கு சுத்தம் வேணும்' - அப்படி இப்படின்னு சொன்னார். மாசம் நாற்பது ரூபாய் கேட்டார்.

அப்பா கிட்டப் போய், 'அப்பா, நான் வீணை கத்துக்கலாம்னு இருக்கேன்' என்றேன்.

'போடா, போய் மளிகைக் கடையிலே பொட்டலம் மடி. செப்டம்பருக்குப் படிக்கத் துப்பில்லை. வீணை கத்துண்டு, என்ன வெங்கடேச பாகவதருக்கு ச்ருதி போடப் போறயா?' என்றார். அப்பாவுக்கு, வீணைக்கும் தம்புராவுக்கும் வித்தியாசம் தெரியாது.

என் அண்ணாவுக்குக் கடிதம் எழுதினேன். ஐ.ஏ.எஸ். படிச்சுப் புட்டு, பீஹாரில் என்னவோவா இருக்கான். 'உன் சகோதரன் போல நீயும் முன்னுக்கு வர வேண்டாமா? இன்டஸ்ட்ரியல் லய்னிங் இன்ஸ்டிடியூட்டிலே சேர்ந்து ஏதாவது தொழில் கத்துக்கொள்ளேன். அதுக்கு வேணா பணம் அனுப்பறேன்'னு பதில் எழுதி, நிறையப் பொன்மொழிகளும் எழுதி இருந்தான். சரி, தொழில் கத்துக்கறேன், பணம் அனுப்புன்னு எழுதினேன். பணம் அனுப்பலை. ஒரு அப்ளிகேஷன் ஃபாரம் அனுப்பினான்.

அம்மாகிட்ட கேட்டுப் பார்த்தேன். 'என்கிட்ட ஏதுடா காசு? ஒண்ணு செய்யேன். ஏதாவது வேலை பார்த்துக்கொள். அதிலே வர காசை, நீ ஒண்ணும் எங்கிட்டே கொடுக்க வேண்டாம்' என்றாள். வேலையாவது கிடைக்கிறதாவது!

டைப்ரைட்டிங் கத்துக்க முயற்சி பண்ணினேன். மூணு ரூபா தானே!

எழுத்துகளைத் திரும்பத் திரும்பத் தட்டறபோது அதிலே வருகிற தாளம்தான் என்னைக் கவர்ந்தது.

ராமய்யங்காரை மறுபடி போய்ப் பார்த்தேன். 'எதிர் வீணை வேணா நான் தரேன். ஆனா, மாசா மாசம் சம்பளம் எப்படிக் கொடுப்பாய்?' என்றார்.

'ஸ்வாமி! எங்க வீட்டுக்கு வருஷா வருஷம் குத்தகைக்காரன் நெல் கொண்டு வந்து கொடுப்பான். அதிலே ஒரு பாகம் கொடுக்கிறேன்'.

'உங்கப்பாவுக்கு தெரியாமலா?'

'ஆமாம்'.

‘போடா!’ என்றார்.

சுந்தரத்தின் வீட்டில் அவன் தங்கை, ராமய்யங்காரிடம் வீணை கத்துக்கிறாள். ரெண்டு வீணை இருக்கு. அடுத்த வருஷம் அவளுக்குக் கல்யாணம் பண்ண உத்தேசம். அதுக்கு அவசர அவசரமாகத் தயார் பண்ணறா. அங்கே போய், சந்தர்ப்பம் கிடைக்கிறபோதெல்லாம் கவனிப்பேன். ஒருநாள், கூடத்திலே ஒருத்தரும் இல்லை. வீணை மரியாதையா மூடியிருந்தது. துணியைத் திறந்து திருட்டுத்தனமா தட்டினேன். கடைசி கம்பி கீழே சுரம் அதிர்ந்தது. அப்பவே என் நரம்பும் அதிர்ந்தது. இடது கையை, அவா மாதிரி வைத்து அழுத்தி அடித்ததும் பார்த்தேன். சத்தம் சரியா வரலை. கைவிரல் சிவந்தது. பள்ளத்தைப் பார்த்துச் சரியா அழுத்த வரலை. சுதந்தரமாக கம்பிகளை மட்டும் தட்டிவிட்டு, அவா மாதிரி ‘ஸ்...ப...ஸா’ என்று மனசில் சொல்லிக்கொண்டேன்.

என் மனசிலே, நான் ஒரு பெரிய சபைக்கு முன்னாலே வாத்யத்தைச் சிதறச் சிதற வாசிக்கிறாப்போலேயும், சபை ஜனங்கள் பிரமிப்பிலே கை தட்ட முடியாம மயங்கி இருக்கறார்போலேயும், அவா எனக்கு மாலை போட்டு அமெரிக்காவுக்கு அனுப்பறாப் போலேயும், அந்த அழகான பெண் வந்து என் கைவிரல்களை முத்தமிடறாப்போலேயும் கற்பனை பண்ணிண்டிருந்தேன். அவா வீட்டு வேலு வந்து, ‘என்ன தம்பி! வீட்டுக்குள்ளாறயே வந்துட்டியே’ன்னு கலைச்சான்.

தைரியமா ஒரு காரியம் செஞ்சேன். கோட்டைக்குப் போய் ஒரு காயலான் கடையிலே எங்க வீட்டுச் சைக்கிளை வித்துட்டேன். திரும்பி வந்து, அப்பாகிட்ட மைதானத்திலே சைக்கிள் தொலைந்து போய்விட்டதுன்னு சொன்னபோது, அவருக்கு ரொம்பக் கோபம் வந்துட்டுது. நான் சொல்றது பொய்னு அவருக்குச் சந்தேகம். ‘வா, போலீஸ்லே போய்க் கம்ப்ளெய்ண்ட் கொடுக்கலாம்’. ஜாஸ்தி பொய் சொல்ல வரலை. இன்ஸ்பெக்டர் கேள்வி கேட்கக் கேட்க, எனக்குக் கழண்டு போச்சு.

அப்பா, ‘எங்கேடா காசு?’’ என்றார். பனியனுக்குள்ளே இருந்து எடுத்துக் கொடுத்தேன்.

‘எதுக்குடா வித்தே?’ என்றார்.

‘வீணை வாங்க’ என்றேன்.

அப்பா, போலீஸ் ஸ்டேஷனிலே என்னை அடிக்கலை. வீட்டுக்கு வந்ததும் அடிச்சார். அம்மா தடுத்து, 'அவனுக்கு வர மாசிக்கு இருபது வயசாகப் போகிறது. அவனை அடிச்சா ஏதாவது ஒண்ணு கிடக்க, ஒண்ணு ஆய்டும். பேசாம விட்டுடுங்களேன், கத்துக்கட்டுமே. அவனுக்குப் புத்தி அதிலேதான் போறதோ என்னவோ' என்றாள்.

'அப்பா, என்னை அடிக்க உங்களுக்கு உரிமை இருக்கு. நான் உங்களுக்கு உபயோகமில்லாம சுமையா இருக்கேன். ஆனா, நீங்க இந்தக் காசை கடன் மாதிரி எனக்குக் கொடுங்க. மாசாமாசம் கணக்கு வெச்சுக்கொள்ளுங்கள். எப்படியாவது பிற்காலத்தில் சம்பாதிச்சு உங்களுக்குத் திருப்பிக் கொடுத்துவிடுகிறேன்' என்றேன்.

அப்பா சிரித்தார். அப்பாவையும் குற்றம் சொல்ல முடியாது. மூத்த பையன், வசதி வந்ததும் அப்பா அம்மாவை மறந்துட்டான். சௌக்கியமா சௌக்கியமான்னு கடுதாசி எழுதுகிறானே ஒழிய, காசா பணமா ம்ஹூம்! நான்தான் இருக்கவே இருக்கேன். நாங்க மூணு பேரும் அப்பா பென்ஷல்லே வாழணும். சொந்த வீடுதான். நிலம்தான். அந்த நிலத்திலே, லிடிகேஷன் தகராறு கொஞ்சம் இருக்கு. அதனாலே, எப்படியாவது என்னை ஒப்பேத்திவிடணும்னு ஆசைப்படறார். நான் வீணை வாசிக்கணும் என்கிறேன்!

ராமய்யங்கார் கிட்ட அப்பா பேசி, அதட்டி கிதட்டி மாசம் இருபத்தஞ்சு ரூபாய்க்குச் சம்மதிக்க வைத்தார்.

நான் வீணை கத்துக்க ஆரம்பித்தேன்.

இதுலே பாருங்க ஸார், என்னுள்ளே ஒரு புயல் இருந்து, அதற்கு வெளியே வர ஒரு வாய்ப்பு கிடைச்சாப்பாலே ஆய்டுத்து. நான் ஆரம்பிச்ச விதமே தப்பு. எனக்கு வாத்தியம் கையாளத் தொடங்கின வெள்ளிக்கிழமை ஞாபகம் இருக்கு. வாத்தியத்தை விழுந்து சேவிக்கச் சொன்னார். மாயா மாளவகௌளவின் சுரங்களை எல்லாம் புள்ளி வெச்சு மார்க் போட்டிருந்தது. அந்த வீணையில், ராமய்யங்கார் இதுதான் 'ஸ'ன்னு தட்டினார். என் கை விரலை மடக்கி அழுத்தி நாதம் பண்ணச் சொன்னார். எப்படி அழுத்தறதுன்னு தெரிஞ்சப்புறம் எனக்குச் சைக்கிள்லே பாலன்ஸ் கிடைச்சாப்பிலே ஆய்டுத்து, அதையே 108 தடவை வாசிக்கச் சொல்லிட்டுப் பின்கட்டுப் பக்கம் போனார். நான் அவர் போன உடனே, மற்ற சுரங்கத்தைத் தேட ஆரம்பிச்சேன். அந்தப் பெரிய

கம்பியைத் தட்டிப் பார்த்தேன். அதிலே ஒரு ஸ்வரத்தைப் பிடித்துக்கொண்டேன். அது இனிமையா இருந்தது.

திரும்பி வந்த வாத்தியார் கேட்டுண்டே வந்தார். கோபித்துக் கொண்டார். நிதானம் வேணும். சாதகங்கிறது இந்த மாதிரி கன்னா பின்னா என்று தேடித்தேடி வாசிக்கிறதில்லை. சங்கீதத்திலே இருக்கிற ஆதார சுரங்களைப் பத்திச் சொன்னார். அஸ்திவாரம் கட்டறதைப் பத்திச் சொன்னார். பொறுமை வேணும் என்றார்.

பொறுமையில்லை. அதுதான் என்கிட்டே இருந்த தவறு. அந்தச் சரளி ஜண்ட வரிசைகளையும், வர்ணங்களையும் நிதானமா பொம்மனாட்டி மாதிரி ஒவ்வொரு தடவையும் தாளக் கம்பிகளைச் சிதற அடிச்சுண்டு வாசிக்கப் பழகப் பொறுமையில்லை. ஏதோ நாளன்னிக்குச் செத்துப்போய்விடப் போகிறேன். அதுக்குள்ளே இந்த வாத்தியத்தைக் கரை காண வேணும்ங்கறாப்போல அவசரம். நோட்டிலே எழுதி நெட்டுருப் போட முடியவில்லை. அவரோட சேர்ந்து வாசிக்க முடியல்லை.

இரண்டு மாசம் பார்த்தார். எங்கப்பாவைக் கூப்பிட்டார். சொன்னார். ‘உங்க பையனுக்குக் கட்டுப்பாடு கிடையாது. அவனுக்குச் சங்கீதம் வராது ஸ்வாமி. உங்க பணம் வேஸ்ட்’ என்று.

எனக்கு அழுகை வந்தது. அப்படிச் சொன்னதால், என்னை வீணை வாத்தியத்திலிருந்து பிரிச்சுப்பிட்டார். என் விரல் பழகறதுக்கு முன்னாலே, என் மனசிலே வடிவம் வடிவமாக இருக்கிற ஆசைகள் எல்லாம் விரல் வழியா ரூபம் பெறுவதற்கு முன்னாலே என்னைப் பிரிச்சுவிட்டார். மறுபடி டைப் அடிக்கப் போன்னு சொல்லிவிட்டார் அப்பா.

அப்பதான் எனக்கு வேலை கிடைச்சுது. அதுவும் அப்பாவினாலேதான். உள்ளூர் கோ-ஆபரேட்டிவ் ஸ்டோர் பிரஸிடென்டை தெரியும். அதிலே ஒரு கிளார்க்குக்கு டைபாய்ட் வந்து இரண்டு மாசம் லீவ் போட்டிருந்தான். அந்த லீவ் வேகன்ஸியில் எனக்கு மன்றாடிக் கிடைச்சது. கிலோ 4-66 பைசா மேனிக்கு, 6 கிலோ 75 கிராம்னு டெஸிமல் கணக்குப் போட ஆரம்பிச்சேன். எழுதறபோது ஆறு அஞ்சு முப்பது, ஆறு ஏழு நாப்பத்திரண்டுன்னு பெருக்கல் மெதுவா மெதுவா ராகமா மாறும். மாறி மனசில் சஞ்சாரம் பண்ணும். அந்தப் பெயரில்லாத, நம்பரில்லாத வடிவங்களைத் தேடுவேன். கணக்கில் நிறையத் தப்புப் பண்ணி, ராத்திரி 9-30 வரைக்கும் கூட்டிக் கழித்தும் சரியா வராது. அவாளுக்குப்

பொறுமை இழந்துபோய், எனக்கு வேலையும் இழந்துபோய், அப்பா, 'ஏண்டா, நான் ரிடையரானப்புறமும் இப்படி என் முதுகிலே உட்கார்ந்திருக்கே'ன்னு அலுத்துண்டு, 'ஸின்பாட் தி ஸெய்ல'ரிலிருந்து ஒரு கதை சொன்னார். எனக்கு அவமானமாக இருந்தது. அப்புறம், நானே சொந்த முயற்சியா முனிஸிபாலிடி சேர்மன்கிட்ட போய், கெஞ்சிக் கேட்டு அவர் ஓனராக இருக்கும் பெட்ரோல் பங்க்கில் கணக்க எழுதற வேலை கிடச்சது. மறுபடி, பெட்ரோல் டீஸல் லிட்டர் கணக்குத்தான். கொஞ்சம் கவனமா இருந்தேன். அந்த ஏமாற்றத்துக்கப்புறம் ஒரு மாசம் ஆய்டுத்தே... இந்த வேலை கொஞ்சம் நிலைச்சது. அம்மா என் கல்யாணத்துக்கு ஏற்பாடு பண்ண ஆரம்பித்துவிட்டாள்.

நான் கல்யாணத்துக்குச் சம்மதிச்சதுக்கு முதல் காரணம் வீணை. அம்மா! எனக்கு சூட் வேண்டாம். ரிஸ்ட் வாட்ச் வேண்டாம். அவாளை ஒரு வீணை வாங்கிக் கொடுத்துடச் சொல்லு. வாத்தியார் காட்டற பொண்ணுக்குத் தாலி கட்டறேன்னு சொல்லிட்டேன். அம்மா சிரிச்சா. எனக்குக் கல்யாணம் நடந்தது. நெருப்பிலே நெய்யை விடறபோது, நாதஸ்வர சங்கீதத்திலே ஆழ்ந்து, தவில் அருவி மாதிரி உருளுவதை கவனிச்சுண்டு, அவ பட்டுப் புடவையெல்லாம் நெய்யாக்கின ஒரே மாப்பிள்ளை நான்தான்னு நினைக்கிறேன். அந்தப் பாவிப்பயல், மலய மாருதத்தை அப்படி வாசிச்சான்.

என் கல்யாணம் நடந்தது. அதுக்கு முன்னாலேயே, ஒரு நல்ல தஞ்சாவூர் வீணையா வாங்கியாச்சு. புதிய வீணை, புதிய பெண். இரண்டும் எனக்கு மிகவும் புசுது. இரண்டும் பெரிய சப்ஜெக்ட். வீணையைப் பத்தியாவது பரிச்சயம் உண்டு. பெண்ணைப் பத்தி ஒண்ணுமே தெரியாது. நாங்க ரெண்டு பேரும் அறைக்குள்ளே படுத்துக்கற சந்தர்ப்பம் வந்தபோது, அந்த வீணை ஓரத்திலே இருந்தது. மூணு மணி நேரம் அவள் சும்மா உக்கார்ந்திருக்க, நான் ஸ்வரங்களைத் தேடிக்கொண்டிருந்தேன். நிமிர்ந்து பார்த்தபோதுதான், அவள் உட்கார்ந்திருந்தது ஞாபகம் வந்தது. அவள் கண்களில், 'என்னை வாசியுங்களேன்' என்று சொன்னது போல் இருந்தது.

ஒரு வீணைக்காக கணவனான என் கல்யாண வாழ்க்கை எப்படி இருக்கும்? கல்யாணம் என்கிறது ரொம்பப் பெரிய பொறுப்பு. ஸார். எனக்கு அது முதல்லே தெரியலை. ஆனா, ஒரு வாரத்துக் குள்ளே, 'நாம எப்ப தனியா குடித்தனம் போகப் போறோம்'னு

கேட்டப்போ தெரிஞ்சுது. பெட்ரோல் பங்க் கிளார்க், எப்படி வாடகை கொடுத்துண்டு தனியா இருக்க முடியும்? அம்மாவுக்கும் அவளுக்கும் கொஞ்சம் சரிப்பட்டு வரல்லை. 'என் கையைப் பாருங்கோ, கிணத்திலே தாம்புக்கயிறு இழுத்து இழுத்து எப்படிச் சிவந்திருக்கு'ன்னு காட்டுவா. கம்ப்ளெய்ண்ட் பண்ணுவா. நான் என் கையைக் காட்டுவேன். கம்பிகளை அழுத்தி அழுத்தி எப்படிக் காய்ச்சுப் போயிருக்கிறது என்று. அம்மாவைப் பத்தி அவ புகார் சொல்றது எனக்கு பிடிக்கலை. என் அம்மா அம்மாதான். சீதா தேவியே மாமியாரா இருந்தாக்கூட, ஒரு மருமகள் புகார்தான் சொல்வாள் போலிருக்கு. ஆதிகாலத்திலிருந்தே ரஃப்பா இருக்கிற உறவு போலிருக்கிறது அது. நான் இதையெல்லாம் கவனிக்கிற தில்லை. வீணை வீணை வீணைதான். காலையிலே, அவசர அவசரமா பல்லைத் தேய்த்துவிட்டு, காபி சாப்பிட்டுவிட்டு உட்கார்ந்துவிடுவேன். ஒன்றரை மணி நேரம் சாதகம். அப்புறம் பங்க்குக்கு போய் வந்த உடனே... எட்டு மணிவரை ஒரு சினிமா கிடையாது. விளையாட்டு கிடையாது. பெண்டாட்டிக்கு எப்படி இருக்கும்! ஒருநாள், வீணை வாசித்துக்கொண்டிருந்தேன். எதிரே உட்கார்ந்து என்னையே அரைமணியா பார்த்துண்டிருந்தா. ஒரு தடவை நிமிர்ந்து பார்த்தேன். 'எப்படி இருந்தது?' என்றேன்.

'உங்களுக்கு லேசா ஒன்றரைக் கண்' என்றாள்.

'அவ்வளவுதான் கவனிச்சியா! என் வாசிப்பைக் கவனிக் கலையா?'

'எனக்கு என்ன தெரியும் சங்கீதத்தைப் பத்தி? ஆனா, இது மட்டும் தெரியும் - நீங்க ரெண்டு பெண்டாட்டிக்காரர், மூத்தாள் நான், இளையாள் உங்க வீணை' என்றாள். நான் சிரிச்சேன். அவள் கண்ணீர் விட்டாள். எனக்குப் புரியவில்லை.

'உங்களுக்கு என்ன ஆசை? பெரிய வித்வானாக வேண்டும் என்றா?'

'இல்லை!' என்றேன்.

'பின் ஏன் ராப்பகலா மடேர் மடேர்னு தட்டறேள்? வேதனையா? இதிலே என்ன பணமா, காசா? எல்லாரும் வாசிக்கிறாப்பலேயே இல்லை. நீங்க வாசிக்கிறது. கன்னா பின்னா...'

அடிச்சேன். 'உனக்கு என்ன தெரியும் இதைப் பத்தி' என்றேன். அடிச்ச கொஞ்ச நாழிக்கெல்லாம் சமாதானம் ஆகிவிட்டோம்.

என் முதல் பெண்ணுக்கு ‘ரஞ்சனி’ன்னு பேர் வெச்சேன். ரேடியோவிலே ஆடிஷனுக்குப் போய் வந்தேன். மிருதங்கத் துடன் வாசித்துப் பழக்கமே இல்லை. ‘முழுசா, மூணு நாலு கீர்த்தனம் வாசிக்கக் கத்துட்டு வாங்க’ன்னு சொன்னான். அந்த அதிகாரியோ யாரோ. ‘சரிதான் போய்யா’ன்னு வந்துட்டேன். எனக்கு எதுக்கு இந்த ஆசையெல்லாம்?

ஆனால், என் வாசிப்பிலே நிச்சயம் இம்ப்ரூவ்மெண்ட் இருந்தது.

பேசாம கணக்கு எழுதிண்டு இருந்தேனா இல்லையா? இந்தச் சிதம்பரம் வந்து வெறுப்பேத்திட்டுப் போய்ட்டான். சிதம்பரம், பழைய பள்ளிக்கூட சிநேகிதன். பட்டணத்திலே செயலா இருக்கான். ரொம்ப நாளைக்கப்புறம் தகப்பனாரைப் பார்க்க லீவிலே வந்தான். என்னை வந்து பார்த்தான். ‘இப்ப என்ன பண்றே நீ?’ என்றான். பெட்ரோல் பங்க்கிலே கணக்கு எழுதறேன். வீணை வாசிச்சிண்டிருக்கேன்னேன். வாசிச்சுக் காட்டச் சொன்னான். ஒரு பாட்டு வாசிச்சுக் காமிச்சேன். ‘என்னடா இது!’ன்னான்.

‘என்ன?’

‘எங்கேயிருந்து கத்துண்டே?’

‘ஐயங்கார் சொல்லித்தர மாட்டேன்னு சொல்லிட்டார். சொந்த மாத்தான் கத்துண்டேன்’.

‘இந்த மாதிரி வாசிப்பை வெச்சுண்டு, பெட்ரோல் பங்க்கிலே கிளார்க்கா இருக்கியா? ரேடியோவுக்கு ஆடிஷனுக்குப் போனாயா?’

‘போனேன்’.

‘செலக்ட் பண்ணினாளா?’

‘ஒண்ணும் தகவல் தெரியல்லே’.

‘டேய்! உன் வாசிப்பு என்ன லெவல் தெரியுமா? இப்ப முன்னணி யிலே இருக்கிறவாள்ளாம் (கையைக் கீழே காட்டி) இங்கே இருக்கான்னா நீ (உத்திரத்தைக் காட்டி) அங்கே இருக்கே! மெட்ரா ஸுக்கு வாடா. ஒரு சபையிலே வாசி, போதும், காட்டுத்தீ மாதிரி பரவிடுவே. காசு வரும்... பாவிப் பயலே, என்னமா வாசிக் கிறே?’ என்றான்.

அவன் சொன்னதிலே ஒண்ணும் பொய்யோ, முகஸ்துதியோ இல்லேங்கறது சுலபமா தெரிஞ்சது. இயல்பாகவே, ஒரு பாட்டிலேயே அசந்துபோயிட்டான். கிளம்பறபோதுகூட அப்பா கிட்டே என்னைப் பத்தி 'ஓஹோ ஓஹோ'ன்னு சொன்னான். 'உங்க வீட்டிலே இருக்கிறது ஒரு ஜீனியஸ்'னு சொன்னான். அப்பா, மெட்ராஸ்லே மல்லாக்கொட்டை என்ன விலை விக்கறதுன்னு விசாரித்தார்.

அவன் போனப்புறம், எனக்குக் கொஞ்சம் ஆசை ஏற்பட்டது. போய்த்தான் பார்க்கலாமேன்னு பட்டுது. துணிஞ்சு, பெட்ரோல் பம்புக்கும், டீஸல் பம்புக்கும், கம்ப்ரெஸருக்கும், பேரேடு புத்தகத்துக்கும் பிரியா விடை கொடுத்துட்டு, சம்பளப் பாக்கியை எண்ணி வாங்கிண்டு (87 ரூபாய் சொச்சம்) வடக்கே சூலமில்லாத ஒரு நாளிலே, பெண்டாட்டி, குழந்தை, வீணை சகிதமாகக் கிளம்பிட்டேன். சாமான் ஜாஸ்தி எடுத்துக்கொண்டு போகல்லே. ஏராளமான நம்பிக்கையைத்தான் எடுத்துண்டு போனேன்.

பழைய மாம்பலத்தில் ஒரு வீட்டிலே, ஒரு ஓரத்திலே இடம் பார்த்து வெச்சான் சிதம்பரம். சின்ன ரூம். வீணை வாசிக்கிற துக்கு, க்ராஸா உட்கார்ந்தாத்தான் முடியும். அவனுக்கே தெரிஞ்ச சபா செக்ரட்டரியை அறிமுகப்படுத்தறதுக்காக வரச் சொன்னான் சிதம்பரம்.

ஒண்ணரை ரூபாய் கொடுத்து, ஆட்டோ ரிக்ஷாவிலே போனேன், வீணையை எடுத்துண்டு. அந்தச் சபா காரியதரிசி சந்தனப்பொட்டு வச்சிண்டு, ஜிப்பா புகையிலை சகிதம், என் மனசிலே சபா காரியதரிசி எப்படி இருப்பார்னு நெனைச்சேனோ, அப்படி இருந்தார். நிறைய காகலி, நிஷாதம், இந்த காந்தாரம், அந்த காந்தாரம்னு டெக்னிக்கலா பேசினார். வாசிக்கச் சொன்னார். வரநாராயணா வாசித்தேன். வராளி மாதிரி இருக்கேன்னார். உமக்கு யார் சங்கீதம் சொல்லித் தந்தான்னு கேட்டேன். அவருக்கு மூஞ்சி மாறிப்போச்சு. சிதரம்பரத்தைப் பார்த்தார். என்னைப் பார்த்தார். 'நின்னுவினா வாசிங்க' என்றார். நான் பேசாமெ 'நின்னுவினா' வாசிச்சிருக்கலாம். எனக்கென்னவோ புத்தி அப்படிப் போச்சு. 'நின்னுவினா' வாசிக்கறதுக்குப் பதிலா, 'ஸ்வாமி, நின்னுவினா ரகுவம்சசுதாவெல்லாம் பாமர ஜனங்களுக்கு, ஸ்டூடன்ஸுக்கு, சங்கீதப் பிரக்ஞையே இல்லாமல் சடசடன்னு மழை வேகத்தைப் பார்த்து மயங்கி கைதட்டறவாளுக்கு வாசிக்கிற பாட்டு. உங்களுக்குத் தெரிய வேண்டியது, இந்த அனுபல்லவியோட

வேகம் தானே?'ன்னு சொல்லிட்டு, அந்த அனுபல்லவியை சண்டமாருதமா வாசிச்சேன்; நிறுத்தினேன். அவர், 'சிதம்பரம், இப்படி வாங்க' என்று அவனை ரூமுக்கு வெளியே அழைச்சுண்டு போனார். திரும்பி சிதம்பரம் மட்டும்தான் வந்தான்.

'என்ன சொன்னார்?' என்று கேட்டேன்.

'பையனுக்கு டேலண்ட் இருக்கு. ஆனா, பெரிய சூரன் மாதிரி பேசறான்னு சொன்னார்' என்றான்.

'நான் பெரிய சூரன் மாதிரி பேசறதுக்குக் காரணம், நான் பெரிய சூரனாக இருக்கறதினாலேதான்' என்றேன். மேலே ஆவேசம் வந்ததுபோல், 'நான் யார்றா? நான் ஒரு ஜீனியஸ்டா. அதை ஒரு அடியிலே, ஒரு வரியிலே, ஒரு பாகம் வாசிச்சபோதே தெரிஞ்சுக்க வேண்டாம்! நான் இந்த சங்கீதத்தை ஒப்பேத்தறதுக்கு அவதாரம் செஞ்சிருக்கேண்டா' என்றேன்.

'இத பார், நீ முன்னுக்கு வரணும்னாக்க, இப்படி பகவான் கீதையிலே பேசற மாதிரி பேசக் கூடாது. ஒருத்தரும் உன்னைச் சீந்தமாட்டா. உங்கிட்ட விஷயம் இருக்கு. அதைப் பிறத்தியார் தெரிஞ்சுக்கறதுக்கு சான்ஸாவது கொடுக்க வேண்டாமா? முதல்லே நீ ரசிகரைத் தேடிண்டு போகணும்... அப்புறம்தான் அவா உன்னைத் தேடிக்கொண்டு வருவா...' என்றான்.

நான் சந்திச்ச இரண்டாவது சபா ஆசாமியோட சண்டை ஏற் படல்லே. நான் பேசவே இல்லை. வாசிச்சேன். வாசிக்கச் சொன்ன பாட்டை வாசிச்சேன். கேட்டார், 'நல்லா வாசிக்கும் இளம் வித்வான்களுக்காக ஒரு சீஸன் வரது. அதிலே சேர்த்துடறோம். ஒன்றே கால், ஒன்றரை மணி நேரம் வாசிக்கட்டும் முதல்லே... நிறையப் பேரை அகாமடேட் பண்ண வேண்டியிருக்கு'ன்னு சொல்லிவிட்டுப் போய்ட்டார்.

எனக்குச் சான்ஸ் வந்து, நான் செய்த முதல் கச்சேரியைப் பத்திச் சொல்றேன். என் டர்ன் எப்ப வந்தது தெரியுமா? பஸ்ஸுக்கு நாழியாயிடும்னு எல்லோரும் எழுந்து போனதற்கப்புறம் லேட்டா வந்தது. கொடுத்த ஒண்ணே கால் மணி நேரத்திலே ஒரு பாட்டே பூரணமா வாசிக்க முடியல. மிருதங்கக்காரர் வேறு கொஞ்சம் ஸீனியர் ஆசாமிபோல இருக்கு. என்னைப் பூச்சியா மதிச்சுத் தட்டிண்டிருந்தார். முன் வரிசையில் யாரையோ பார்த்து அடிக்கடி சிரிச்சிண்டிருந்தார். நான் என்ன என்னவோ செய்ய இருந்தவன்,

எப்படி எப்படியோ காட்ட இருந்த திறமைகள் எல்லாம், அந்தச் சோம்பேறித்தனமான காலி நாற்காலி ராத்திரியிலே கரைந்து விட்டன. ஒரு பிரஸ் ஆளு வரப்போறார். வரப்போறார்னு எல்லோரும் எதிர்பார்த்திண்டிருந்தா. அவர் வேற ஏதோ பரத நாட்டியக் கச்சேரிக்குப் போயிட்டாராம். அங்கேயிருந்தே எழுதிட் டார். கச்சேரி முடிஞ்சதும், ஒரே ஒரு வயசானவர் வந்து என்னைத் தட்டிக்கொடுத்து, 'நானும் எவ்வளவோ கேட்டிருக்கேன். நீ ரொம்ப பேஷா வாசிக்கிறே. இந்த நூற்றாண்டின் மகாமேதை நீ!'ன்னு சொன்னார். சொன்னா என்ன? என் கச்சேரி ஏதும் சலனம் உண்டு பண்ணினாப்போலே தெரியல்லே.

என்னவோ பட்டணம் பட்டணம்னு சொல்றாங்க. பிரதானம் வந்துடும். கச்சேரிக்கு 900,800 எல்லாம் சாதாரணமா கிடைக்கும். அப்படி இப்படிங்கறாங்க, நான் ஒரு வருஷம் பூரா முயற்சி பண்ணிப் பார்த்தேன். அலையா அலைஞ்சேன். ஃப்ரீயா வாசிச் சேன். பத்துப் பேருக்கு வாசிச்சேன். தனியா வாசிச்சுக் காண்பிச் சேன். ஒரே ஒரு தடவை, வாரப் பத்திரிகையிலே என் பேர் வந்து, என்னைப் பத்திப் புதுவிதமா பாணிகள் எல்லாம் கையாள்றார்னு, ஒரு சினிமா நடிகையைப் பத்திய புதுவிதமான போட்டோ தகவலுக்குப் பக்கத்திலே ஓரத்திலே வந்திருந்தது. என்னைப் பத்தி போட்டிருந்ததை நிறையப் பேர் படிச்சிருப்பாங்களான்னு சந்தேகம் கேட்டா, எல்லோரும் 'புதுவிதமாத்தான் வாசிக்கிறார். புரியாத ராகங்களிலே தைரியமா விளையாடறார். இருபத்து நாலு வயசுக்கு அற்புதமான வாசிப்பு!'ன்னு ஒரு மனதாத்தான் சொல்றா. எல்லோருக்கும் என் திறமையோட ஆச்சரியம் தெரியறது. என் வித்வத்தைப் பற்றி ஒருத்தருக்கும் சந்தேகமில்லை. 'இதோ, நாளைக்கே சேஷாத்ரிக்கு டெலிபோன் பண்ணி, உங்களைப் பத்தி ரெண்டு காலம் போடச் சொல்றேன்'ன்னு சொல்லிவிட்டுத்தான் போறா. குறிப்பிட்ட சேஷாத்ரி வரவே மாட்டார். எங்கே தப்பு?

எவ்வளவு நாள், அவா வருவா வருவான்னு காத்திருக்க முடியும்? எவ்வளவு நாள், பெண்டாட்டியோட தங்க நகைகள் தாங்கும்? என் திறமையைப் பத்தி ஒருத்தருக்கு சந்தேகமில்லை. முன்னுக்கு வரவேண்டியவர்னு சாமர்த்தியமா பேசறாங்க. எப்படி முன் னுக்கு வரது? வேறு என்ன வழி இருக்கு? சொல்லுங்களேன்! என் கவலையைப் பற்றி சந்தேகமிருந்தா வீட்டுக்கு வாங்க, முப்பது நாலு ஏ, கவரை ஸ்ட்ரீட், புள்ளையார் கோவிலுக்குப் பக்கத் திலே... வாசிச்சுக் காட்டறேன், கேளுங்க.

எங்கே ஸார் தப்பு? திருப்பிப் போயிடட்டுமா?

ஒண்ணு மட்டும் நினைச்சுக்காதீங்க! இவ்வளவு விஸ்தாரமா எழுதறேனே, கடைசியிலே உங்ககிட்டே கைமாத்தா அஞ்சு பத்து கேக்கப்போறேன்னு. இல்லை ஸார், பகவான் என்னை அவ்வளவு தூரம் கொண்டுபோகலே. கடைசியிலே வழி காட்டி விட்டான். என் பணக் கஷ்டம் திடீர்னு கலைஞ்சுபோச்சு, என் வீணையினாலே. எப்படின்னு சொல்றேன்?

நான் குடியிருக்கிற வீட்டு மாடியிலே ஒரு 30, 32 வயசுக்காரர், கிறிஸ்துவர் இருக்கார். பேர் ஃபெர்னாண்டஸ். பேச்சிலர், நல்ல மாதிரி... அவர் ஒருநாள் என் ரூமுக்கு வந்து, 'சார்! நீங்கதான் தினம்தினம் வாத்யம் வாசிக்கிறீர்களா?' என்று கேட்டார். 'ஆமாம்'னேன். 'என்ன வாத்தியம், கித்தாரா?' என்றார். 'இல்லை, வீணை'ன்னு சொன்னேன். 'சித்தார் மாதிரியே வாசிக்கிறீர்களே! ரொம்ப வேகமா, இனிமையா இருக்குது ஸார்' என்றார். 'தாங்க்ஸ்' என்றேன். 'கித்தார் வாசிப்பீங்களா?'ன்னு கேட்டார். 'அதுவும் கம்பி வாத்தியமா'ன்னேன். 'ஆமா, மாடிக்கு வாங்க. என்கிட்ட ஒரு கித்தார் இருக்குது'ன்னு மாடிக்கு கூட்டிண்டு போனார். அந்த ஆறு கம்பி வாத்யம், வீணையைவிடச் சின்னதா இருந்தது. கீழ்க் கம்பி முன்னாலேயும் மேல் கம்பி கடைசியிலேயும், வாசிச்சு வாசிச்சுப் பார்த்தேன். அரை மணிலே, அந்த வாத்யத்தை அலட்சியமா, வாசிக்க ஆரம்பிச்சேன். அவர் ஆச்சரியப்பட்டார். 'இன்னிக்குத் தான் முதல்லே வாசிக்கிறீர்களா இதை?' என்று கேட்டார். ஆமாம்னேன்.

'உங்களுக்கு மேற்கத்திய சங்கீதம் பிடிக்குமா?'

'ஜாஸ்தி கேட்டதில்லே'.

'ஸார், நீங்க எதிலே வேலை செய்யறீங்க?' என்று கேட்டார்.

'எனக்கு வேலையே கிடையாது' என்றேன்.

'அப்ப, உடனே என்னோட வாங்க'ன்னார். கூடப் போனேன்.

தி.நகர்லே, ஒரு வீட்டு மாடியிலே கீத்துக் கொட்டாய் போட்டிருந்தது. அதிலே பத்து பதினைஞ்சு பேர் உட்கார்ந்திருந் தாங்க. ஃபெர்னாண்டஸ், அந்த க்ரூப்புக்கு என்னை அறிமுகப் படுத்தினார். 'வாத்தியார்கிட்ட விஷயம் இருக்கு. வீணையிலே பூந்து விளையாடறார்'ன்னார்.

அந்த இடத்திலே, விதவிதமா வாத்யங்கள்ளாம் இருந்தது. எல்லாம் மேற்கத்திய வாத்தியம். பெரும்பாலும் கம்பி வாத்யம். அந்த வாத்யங்களோட பேரெல்லாம் எனக்குப் பிற்பாடு அத்துப் படி ஆய்டுத்து. டபிள் பேஸ் எலெக்ட்ரிக் வேலையா மூணு கித்தார், ஸாக்ஸ் (காலுக்கு போட்டுக்கறது இல்லே. ஸாக்ஸபோன், இதிலே டெனர் ஆல்டோன்னு ரெண்டு ஜாதி), ட்ரம்பெட், லாட்டின் தாள வாத்தியங்கள், அக்காட்டியான், அப்புறம் நம்ம தேசத்து சிதார், ஸரோட், தப்லா. ஒரே கதம்பம். அந்தக் கோஷ்டி, பிலிம்லே பின்னணி வாசிக்கறாங்களாம். சில பார்ட்டிகள்லேயும் வாசிக்கறாங்களாம். அட்வர்டைஸ்மெண்ட் வேலை வேறே செய்யறாங்களாம். அவங்களுக்கு ஒரு 'ஆள் தேவைப்பட்டதாம். என்னைக் கேட்டாங்க. ஈக்வலா, மாச வரும்படியை பிரிச்சி எடுத்துப்போம். 150, 200-க்கு மாசம் தரோம்னாங்க. சம்மதிச்சேன்.

சமீபத்திலே நான் ஒரு ஸோலோ ரிக்கார்ட்கூடக் கொடுத்தேன். ஸார், வீணையிலேதான். நீங்ககூட ரேடியோவிலே கேட்டிருப்பீங் களே. அதிலே முதல்லே டங் டங் டங் டங் டங்னு கீழ்தந்தியைத் தட்டறேன். அது முடிஞ்சதும் அந்த ஆள், 'மணி ஐந்தாகிவிட்டதே என் தலைவலி இன்னும் தீரவில்லையே' என்கிறான். உடனே அந்தப் பெண், 'கவலைப்படாதீர்கள், ஒரு வில்லை - 'நிவா' மாத்திரை சாப்பிடுங்கள்'' என்கிறாள். நான் உடனே, படபட வென்று சந்தோஷமாக கமாஸ் வாசிக்கிறேன். அவர்கள் இருவரும் சேர்ந்து 'எப்பொழுதும் உங்கள் வீட்டில் ஒரு புட்டி 'நிவா' மாத்திரைகளை வைத்திருங்கள்' என்கிறார்கள். அரை நிமிஷம்கூட இல்லை ஸார். 50 ரூபாய் கொடுத்தான். யார் ஸார் சொன்னது கலை சோறு போடாதுன்னு?

அம்மோனியம் பாஸ்ஃபேட்

நாஜி ஸல்யூட்போல நின்ற கான்கிரீட் கம்பங்கள், விண் என்று முடிச்சு முடிச்சாக முன் கம்பிகள், விரோதமாக மூடியிருக்கும் கேட், உள்ளே பசுமைப் பண்ணை, காற்றில் பயிர்களின் பலவிதப் பச்சைகள், மஞ்சள் பச்சை, எமரால்ட் பச்சை, பாட்டில் பச்சை, கண் மட்டத்துக்கு உயர்ந்த கதிர்கள், ஃபர்லாங் பாதையின் எஸ் (S) இஸட் (Z) ஓட்டம். அதோடு வீடு, வீட்டில் நிழல், மரங்களின் நிழல், நிழலில் இளைப்பாறிக் கொண்டிருக்கும் டிராக்டர்கள், சங்கிலிக் கட்டுப் பாட்டை மீறி, ஒருவிதத் தற்கொலை இயக்கத் துடன் எம்பிக் குரைக்கும் ஆக்ரோஷ நாய்கள். ஒரு நாய், இரண்டு நாய். மற்றபடி அமைதி. மறுபடி வீடு. வீட்டினுள் வசதிகள். மத்தியில், அந்தப் பெரியவர். எதிரே நான்.

அவருக்கு வயது ஐம்பதுக்கு அருகில் இருக்கும். தலையின் நரை ஐம்பத்து ஐந்து என்றது. உடலின் வலிமை நாற்பத்து ஐந்து என்றது. ஹாலில் படங்கள் இருந்தன. அவற் றில் சில, பக்தியைத் தெரிவித்தன. சில, பெண் களைத் தெரிவித்தன.

'இவ்வளவு பெரிய பண்ணையை நீங்க ஒரு ஆளா சமாளிக்கிறீங்க?' என்றேன்!.

எனக்கு ஒத்தாசைக்கு இரண்டு பேர் இருக்காங்க. வெளியுலகத்துக்கும் எனக்கும் அவங்கதான் தொடர்பு. தபால் சேகரிப்பாங்க, விதை வாங்கு வாங்க, உரம் வாங்குவாங்க. மற்றபடி, நான் தான் எல்லாம். டிராக்டர் இருக்கவே இருக்கு. அதுக்கு, உலகத்திலே உள்ள அட்டாச்மெண்ட்

எல்லாம் இருக்கு. நானே உழறேன், நானே விதைக்கிறேன், நானே பயிர் செய்கிறேன். களைகிறேன், சேர்க்கிறேன். எல்லாத்துக்கும், டெக்னாலஜி கொடுத்த சாதனங்கள். மருந்து அடிக்க கோயமுத்தூர் ஏரோடிரோமிலிருந்து ப்ளேன் வரும். ஒர்ரே ஓட்டு... என்ன?'

'நீங்க ஒரு வித்தியாசமான விவசாயி சார்!'

'மேல் நாட்டிலே இதெல்லாம் சாதாரணம் இல்லையா?'

'இருந்தாலும், நம் நாட்டிலே ரொம்பப் புதுசுங்க'.

'மிஷின் தம்பி. மிஷின்! மிஷின் இருக்கு. டீஸல் இருக்கு. பணம் இருக்கு. பத்திரிகை படிக்கிறதில்லை. பொய்யை எதுக்கு 8 பைசா கொடுத்துப் படிக்கணும்? ரேடியோவிலே நியூஸ் கேப்பேன். அவ்வளவுதான். லெட்டர் எழுதுறதில்லை. இந்த முள் கம்பிக்கு உள்ளே, நான்தான் கடவுள். மனித சகவாசம் கிடையாது!'

'அப்ப, எனக்கு அனுமதி கிடைச்சது ரொம்பப் பெரிசுன்னு சொல்லுங்க!'

'ஒரு விதத்திலே சரி. நான் வெளியாள்கள் யாரையும் பார்க்கிறது கிடையாது. போன வருஷம் சித்திரை மாசம், ஒருவன் இன்ஸூரன்ஸ் விக்க வந்தான். நாயை அவுத்துவிட்டேன்'.

வெளியே ஒரு பெரிய 'வள்' கேட்டது.

'என் மேலே நாயை அவுத்து விடலியே?'

'உரம் விக்க வந்தீங்க. எனக்கு உரம் தேவையாயிருக்கு. கந்தசாமி தான் வாங்கி வருவான். காய்ச்சல்லே படுத்துட்டான். சமயத்திலே வந்தீங்க. அதான்'.

'அதான் உள்ள விட்டீங்களாக்கும். சரியான க்ரெம்லின் சார், இந்த இடம்'.

'தம்பி, எனக்கு மனுஷங்க வேண்டாம். மோர் சாப்பிடறீங்களா?'

'வேண்டாம்' என்றேன். 'எங்க உரம், அம்மோனியம் பாஸ்ஃபேட் ஸார். தமிழ்நாடு பூரா இப்ப பரவலா உபயோகப்படுத்தறாங்க. நாளைக்கு எங்க வேன் வரலாமா உள்ளே... தயங்காம...?'

'தாராளமா'

'முன் கம்பியைப் பார்த்தாலே பயமா இருந்தது சார். அந்த காவல்காரன், என்ன பாஷை பேசறான் அவன்?'

'அவன் ஒரு நேபாளி. விசுவாசம். பேசமாட்டான்'.

'என்னவோ கேட்டான். 'சரி, நீங்க ஒண்ணு யோசித்துப் பார்த்தீங்களா, ஸார்'.

'என்ன?'

'இந்த மாதிரி மெக்கானிகல் ஃபார்மிங்கினாலே, 500 ஆள்களுக்கு வேலை கிடைக்கிற வாய்ப்பு போய்விடறதே'.

'தம்பி, எனக்கு மனுஷங்க மேலே நம்பிக்கை போய்டுத்து. மெஷின்ப்பா, மெஷின்! மெஷின் எதிர்த்துப் பேசாது. போட்ட டீஸலுக்கு உழைக்கும். மெஷின் எப்படி வேலை செய்கிறதுன்னு புரியும். மெஷின் விசுவாசம் உள்ளது. மெஷினுக்கு மனசு கிடையாது. மீட்டிங் கிடையாது. ரகளை கிடையாது. எனக்கு மனுசங்க வேண்டாம்'.

'அவங்களுக்கு நீங்க வேணுமே. அதுவும் நம்ப தேசத்திலே, அந்த மாதிரி மெஷின் ஆதிக்கம் சரிபட்டு வருமா? இந்த மாதிரி நீங்க சிங்கிளா நடத்தறதனாலே எவ்வளவு வேலைவாய்ப்புகள் வீணாப் போய்டுது...'

'தம்பி, ஆயிரம் பேர்க்கு வேலை கொடுத்து ராஜா மாதிரி பண்ணை நடத்திக்கிட்டிருந்தேன். இங்கே இல்லை, தஞ்சாவூர் பக்கம்'.

'எப்ப?'

'சில வருஷங்களுக்கு முன்னாடி'.

'அதை விட்டுட்டீங்களா?'

'வித்துட்டேன்'.

'ஸார், நான் ஒண்ணு கேக்கறேன். கோவிக்க மாட்டீங்களே?'

'கேளு'.

'நீங்க, இந்த இடத்திலே தனியா வந்து, வெளிக் காத்து படாம இருக்கறதுக்கு வேற ஒரு காரணம் இருக்கலாம்னு படறது'.

‘மேலே சொல்லு’.

‘ஏதோ ஒரு ஞாபகத்திலிருந்து விலகி நிற்க, மறக்க, நீங்க இங்கே வந்திருக்கலாம்னு எனக்கு படறது. நீங்க இதுக்குப் பதில் சொல்ல விரும்பலைன்னா வேண்டாம்’.

‘பதில் சொல்றேன். நீ புத்திசாலிப் பையனா இருக்கிறே. எனக்கு புத்திசாலிகளைக் கண்டா பயம்... என்ன படிச்சிருக்கே?’

‘பி.எஸ்.ஸி. அக்ரிகல்ச்சர்’ - தயங்காமல் பொய் சொன்னேன்.

‘கல்யாணம் ஆயிடுச்சா?’

‘இன்னும் இல்லை’.

‘செய்யாதே. பெண்களை ஒதுக்கு. சினிமா போ, சீட்டாடு, சிதறு. பெண்கள் கிட்டப் போகாதே?’

‘இதுவரை சந்தர்ப்பம் எதுவும் வரவில்லை எனுக்கு’.

‘இனிமேலும் வேண்டாம். நான் சொல்றது ஒரு பட்டினத்தார் வெறுப்பினாலே இல்லை. பெண் எல்லாம் பிசாசு என்கிற ரீதியிலே இல்லை. பெண் வேண்டும். ‘செக்ஸ்’ வேண்டும். பெண் இல்லாம, நீயும் நானும் அம்மோனியம் பாஸ்ஃபேட்டை இப்ப விலை பேசிக்கிட்டிருக்க முடியாது. ஆனா, வெக்க வேண்டிய இடத்திலே வெக்கணும். எனக்கு மட்டும் ஆசையில்லையா, என்ன? ஆசையிருந்தா, அது என் நடைமுறை வாழ்க்கையிலே தொந்தரவு செஞ்சு குறுக்கிடறாப்பலே அவ்வளவு தீவிரமாக இருந்தா, கோயமுத்தூரிலிருந்து வரவழைச்சுப்பேன். அவ்வளவு தான். மறுநாள் காலை மண்ணுக்குத் திரும்பிடுவேன். என்ன பார்க்கிறே? டேஞ்சரஸான ஆசாமி இவன்னு யோசிக்கிறியா?’ - சிரித்தார்.

‘இல்லைங்க, இதுவும் ஒருவித அபிப்பிராயம்தான்’.

‘நான் அனுபவப்பட்டுச் சொல்றேன். நான் வைத்திருந்தது ஐந்நூறு ஏக்கரா பண்ணை. கரும்பு, கதலி, நெல்லுன்னு பசுமையிலே ஜொலிச்சுண்டிருந்த பண்ணையை, ஒரு ராத்திரியிலே வித்துத் தொலைச்சது ஒரு பெண்ணாலே’.

நான் பேசவில்லை. அவர் தொடரக் காத்திருந்தேன்.

'நான் சொன்னேனே பண்ணை - எப்பேர்ப்பட்ட பண்ணை. நூறு மைல் வட்டாரத்துக்குப் பொறாமையாலே எரிஞ்சாங்க. தகதகன்னு, செழிப்பா, செல்வமா, பண்ணையா அது. அதிலே என் குமாஸ்தா ஒருத்தன் இருந்தான். பேர் ஷண்முகம். பேரை மறக்க மாட்டேன். அவனுக்குப் பெண் ஒருத்தி இருந்தா. சரஸ்வதி, பேரை மறக்க மாட்டேன். ஷண்முக,ம் பரம்பரை பரம்பரையா எங்க குடும்பத்துக்கு உழைச்ச குடும்பத்திலே வந்தவன். அவன் என்னை ஏத்துக்கிட்டான். எங்க முப்பாட்டனார், பைசா பைசாவாக சேர்த்தபோது, அவனுடைய முப் பாட்டன்தான் கணக்குப் பார்த்தான்'.

'சரஸ்வதி?'

'ஆமாம், சரஸ்வதி. மறக்கவே மாட்டேன் அவளை. சரியான உயரம். ஏறக்குறைய என் உயரம். என்னிக்கோ ஒருநாள், திடீர்னு அவளை வித்தியாசமா கவனிச்சேன். அவள் பிறந்தது என் பண்ணையிலே. வளர்ந்தது, பாவாடை கட்டினது, தாவணி மாறினது, பள்ளிக்கூடம் போனது - எல்லாம் என் ஏரியாவிலேதான். கவனிச்சதே இல்லை. கவனிக்க ஆரம்பித்தேன். அ! அவதான் என்கிட்டே வந்து கேட்டா, ஞாபகம் வருது, 'முதலாளி, எங்க அப்பா என் படிப்பை நிறுத்திபிட்டாங்க. பத்தாவதுக்கப்புறம் படிக்க வெக்கலை. என்னைக் கட்டிக்கொடுக்க ஆசைப்படறாங்க. எனக்குப் படிக்க ஆசை. எங்கப்பாகிட்ட நீங்கதான் சொல் லணும்'னு, ஒரு சாயங்காலம் நான் தனியா நடக்கப் போனபோது நிறுத்திக் கேட்டா. நான் அப்பதான் நிஜமா பார்த்தேன் அவளை. சரியான ஜடை, சரியான நடை. அந்த மாதிரி உடம்பெல்லாம் இப்ப அதிகம் தென்படறதில்லை. உடம்பான உடம்பு. பண்ணையிலே இருக்கிற இளம் பயல்களையெல்லாம் கரகம் ஆட வெக்கிற உடம்பு. பருத்தி உடுத்தினாலும் அப்படியே. அப்படியே... எனக்கு இதெல்லாம் சொல்ல வராது. நான் அப்ப தனியாள். தனி ஆள்னா, பொண்டாட்டி இறந்துபோய், வாரிசில்லாம துக்கம் மறைஞ்சு போன முதல் வருஷம். அந்தப் பெண்ணோட அப்பன்கிட்ட, 'பணம் தரேன், மேலே குழந்தையைப் படிக்கவை'ன்னு சொன்னேன். அவன் செய்தான். ஜில்லா போர்டு பள்ளிக்கூடத் திலே சேர்க்க வெச்சேன். படிச்சுது. இரண்டு மூணு வருஷம் விட்டுப்போன படிப்பு. டவுனுக்கு, பஸ்ஸுக்கு என் ஜன்னல் எதிரேதான் நடந்து போவா. பள்ளி வாசனை, பத்திரிகை வாசனை எல்லாம் சேர்ந்து, அவ ஸ்டைல் மாறியது. நடக்கிற விதம்

மாறியது. பாவனை மாறியது. எனக்கு முன்னாலே, நாளுக்கு நாள் என் விருப்பத்தையும் வெறுப்பையும் தூண்டிக்கொண்டு போவா. விருப்பம் - அவள் பெண்மையினாலே, வெறுப்பு - என் வயசு வித்தியாசத்தினாலே'.

'சாயங்கால வேளை தம்பி. செப்டம்பர் மாதம் 8-ம் தேதி. மறக்கவே மாட்டேன். அவ வயக்காட்டுப் பக்கம் நடக்கிறா. தனியா, நான் நடக்கிறேன். நான் எதிரே வந்ததும் ஒதுங்கறா. 'இந்தா, உன் பேர் என்ன?'ன்னு கேக்கறேன், தெரிந்துகொண்டே, 'சரஸ்வதி'ங்கறா'.

'நல்லா படிக்கிறியா?'

'நல்லா படிக்கிறேன். சமூகத்திலே எண்பத்தெட்டு வாங்கினேன்'ங் கறா'.

'சரஸ்வதி, உனக்கு நிஜ முத்திலே மாலை போட்டுக்க ஆசையான்னு கேட்டேன். நிஜப் பட்டிலே சேலை கட்டிக்க ஆசையான்னு கேட்டேன். உனக்கு உடம்பு பூரா தங்கம் இழைச்சுக்க ஆசையான்னு கேட்டேன். எப்பவாவது நூறு ரூபாய் நோட்டைக் கண்ணாலே பார்த்திருக்கியான்னு கேட்டேன்'.

'புரியலையே முதலாளி'ன்னா. வயக்காட்டு மத்தியிலே, ஆள் உயர பயிர்களுக்கு நடுவிலே அவளை வீழ்த்தினேன். என்ன பலம் அவள் பலம். என் பலம் அதைவிட... இருட்டற வேளை. சத்தம் போட்டா, கேக்கறதுக்கு சூரியன்கூட இல்லே. குடம் உருண்டுது. முள் குத்தியது. பருத்தி கிழிஞ்சது. நான் வருத்தப்பட்டேன்.'

'யாருக்கும் பிரியமில்லை. எனக்கும் பிரியமில்லை. அந்த ஒரு பலவந்தம், என் பாதையையே திருப்பிடுச்சு. என்ன என்னவோ சொன்னேன். பேசாம குடத்தை எடுத்துக்கிட்டா, முகத்தைத் துடைச்சுக்கிட்டா, நடந்தா, பத்தடிக்கப்புறம் ஓடினா.

'அவ போய், அவ அப்பங்கிட்டே சொல்லியிருக்கா. அவன், வருஷம் வருஷமா எனக்கு அடிபணிஞ்சவன். என்னை எதிர்க்கா தவன்.

'ராத்திரி எட்டு மணிக்கு, வீட்டு வாசலுக்கு வந்து சத்தம் போட்டான். கூட ரெண்டு மூணு ஆளுங்க கம்பும் கழியுமா வந்து சுழட்டினானுங்க. அதிலே ஒருத்தன் தமிழ்ப்புலவன். 'ஒரு தமிழ்ப் பெண்ணின் கற்பை அழிச்சுட்டீங்களே!'ன்னான். மறியல் பண்ணி

னாங்க. நான், பெரியசாமியைப் பின்பக்கமா அனுப்பிச்சு, போலீஸ் காரங்களை வழவழைச்சு, அவங்களைக் கலைக்கச் சொன்னேன். குச்சியைச் சுழட்டினதும் போய்ட்டாங்க. தம்பி, போர் அடிக்குதா?'

'இல்லை, இல்லை தயவு செஞ்சு தொடருங்க' என்றேன்.

'தம்பி, கற்பு, காதல் - இந்த மாதிரி வார்த்தைகளையெல்லாம் பத்தி நீ என்ன நினைக்கிறே?'

'நீங்க என்ன நினைக்கிறீங்க?'

'அந்த சண்முகம் பேசாம வந்து சமரசமா, 'முதலாளி, நீங்க என் பெண்ணுக்கு இப்படி செஞ்சது நியாயமா?'ன்னு கேட்டிருந்தா, ஒருவேளை அப்பவே அந்தப் பெண்ணைக் கல்யாணம் செஞ்சிருப் பேன். அப்ப அவ கற்பு ஸேவ்' ஆயிடறது. அதாவது, வயக் காட்டிலே நேராமல், மேளம் கொட்டி தேக்கு மரக் கட்டிலிலே நடந்தா கற்பு காப்பாத்தப்படுகிறது. இல்லேன்னா, அந்தச் செயலுக்கு வெறி, காமம்னு பேரு. அதே பெண், எம்.ஜி.ஆர்., சிவாஜி படத்தைப் பார்த்துட்டு, ஒத்த வயசு வாலிபனோட வயக் காட்டுப்பக்கம் ஒதுங்கினா காதல். அதைப்பத்தி பாட்டு பாடலாம். ஓசத்தியா எழுதலாம் இல்லையா?'

'அதுவும் ஒரு அபிப்பிராயம்தாங்க?'

'மறியல் செஞ்சாங்க. ஒழிக ஒழிகன்னு சத்தம் போட்டாங்க. எனக்கு வெறுப்பு ஏறிப்போச்சு. இந்தச் சண்டை பெரிசாப் போச்சு. பண்ணை ஆளுங்க பல பேர் ஒரு கட்சியா கூடிக்கிட்டாங்க. அவங்களுக்கு, அந்தச் சம்பவம் ஒரு சாக்கு. அவங்களைத் தூண்டி விட்டவன் வேறு ஒருத்தன். என் பங்காளி, கோர்ட்டிலே தோத்துப்போனவன். இதாண்டா சமயம்னு, சில்லறை ரவுடிப் பசங்க சில பேரையும் சேர்த்து அனுப்பி, மறுநாள் ராத்திரி களத்துக்கு தீ வச்சுட்டாங்க. எவ்வளவோ பேர் சாப்பிடற நெல்லு, கருகிப்போச்சு. எனக்கு ராத்திரிலே சூடேறிப் போச்சு. பார்த்தேன். அவங்களுக்கு சோதாப்பசங்க கிடைச்சா, எனக்கும் கிடைக்க மாட்டாங்களா? அதுவும், பணம் என் பக்கத்திலே இருக்கு. ஆளுகளை விட்டு அந்த ஷண்முகத்தையும், அதான் அந்தப் பொண்ணோட அப்பன்; ஜெயராஜ்னு இன்னொருத்தன்; அவனையும் ஒண்ணுலே ரெண்டு தீர்த்துட்டு வாங்கடான்னு சொல்லிட்டு, மெட்ராஸ் போயிட்டேன். அந்தப் பசங்க குடுத்த

காசுக்குக் கொஞ்சம் அதிகமாகவே அடிச்சுப்பிட்டாங்க. ஷண்முகம் ரத்த சேதம் ஜாஸ்தியாகி ஒரு வாரத்திலே ஆஸ்பத்திரிலேய காலமாய்ட்டான். செத்தே போய்ட்டான். பெரியசாமி ரயிலேறி வந்து என்கிட்டே சொல்றான். எனக்கு திக்குனு போச்சு. பண்ணை பூரா சூறையாடறாங்க. போலீஸ் கேஸ், அது இதுன்னு ரகளையாப் போச்சு...

'போலீஸ்லே கேஸ் பதிவாச்சு. ஷண்முகத்தை அடிச்சவங்களைப் பார்த்தவன் யாருமில்லை. நான் ஊரிலே இல்லை. ஜெயராஜ் காட்டிக்கொடுத்த ஆளைக் கைது செஞ்சாங்க. வக்கீல் பிச்சு உதறிப்பிட்டான். கேஸ் தள்ளுபடியாச்சு. ஒண்ணும் நடக்கலை. விரோதமும் நெருப்பும் அநாவசிய மரணமும்தான் மிச்சம். பார்த்தேன். இந்தப் பண்ணையை இனிமே நாம் ஒழுங்கா நடத்த முடியாதுன்னு, ஒரே நாள்லே எல்லாத்தையும் ஸப்ஜாடா வித்தேன். அத்தனை ஏக்கராவையும் வித்தேன். ஊரையே விட்டுட்டேன். எங்கே போறேன்னு சொல்லலே. ஜில்லா மாறினேன். நடுநடுவே மெட்ராஸ் வந்து கொஞ்சம் பல்லாவரத் திலே ஜல்லி அடிச்சுப் பார்த்தேன். சரிப்பட்டு வரலை. டயர் ரிட்ரெடிங் எடுத்தேன். அதுவும் தோல்வி. அப்புறம் லாரி வாங்கி ஓட்டினேன். ம்ஹூம். எனக்கு ஏற்றது பூமிதான்னு, வேற ஜில்லா விலே... 'லாண்ட் ரிஃபார்ம்' வந்துட்டது - அதனால, கொஞ்சமா நிலம் வாங்கி, சொந்தமா தனியா மத்த ஜனங்க வாசனை இல்லாம நடத்தறேன். முதல்லே முள் கம்பி போட்டேன். கூர்க்காவை வச்சேன். தனியா இருக்கேன். நிம்மதி, ஒரு பெண்ணைக் கட்டிண்டு வாழறதுக்கு பதிலா மண்ணை உழலாம்' என்றார்.

சிரித்தேன். வெளியே பார்த்தேன். மிகத் தனியாகத்தான் இருந் தோம். வெகு தூரத்தில் - வெகு தூரத்தில் அந்த வேலியோரம் இருந்தது. நான் கேட்டேன், 'அப்புறம் அந்தப் பெண் என்ன ஆனாள்?'

'தெரியாது. அப்பன்தான் அடிபட்டுச் செத்தான், பைத்தியக்காரத் தனமா. அவனுக்கு அந்தப் பெண்ணும், ஒரு பையனும். பையன் பட்டணத்திலே படிச்சிட்டிருந்தான். அந்தப் பையனை நான் பார்த்தில்லே. அவ, தம்பியோட பட்டணத்துக்குப் போயிட்டா. அவளுக்கு கல்யாணமே ஆகலை. வாத்யாரா இருக்கான்னு கேள்விப்பட்டேன். எப்ப? அப்ப. அவ தம்பிக்காரன் ஒருத்தன் இருக்கானே, அவன் எனக்கு அப்ப ஒரு லெட்டர் எழுதினான். கன்னாபின்னான்னு. 'உன்னை ஜில்லா ஜில்லாவா துரத்தித் துரத்தி

வந்து பழி வாங்கப் போறேன். எனக்காகக் காத்திரு' - அப்படி இப்படின்னு... அவன் பேர்கூட நாகராஜனோ என்னவோ'.

'நடராஜன்' என்றேன்.

'ஆ! நடராஜன், நடராஜன்! உனக்கெப்படித் தெரியும்?'

'நான்தான் நடராஜன்' என்றேன்.

வீடு

அண்ணா வீட்டை விற்கப்போகிறானாம். வக்கீல் எழுதி இருக்கிறார். என் மகத்தான அண்ணன், சூறையாடிச் செலவழித்துக் கடன் மேல் கடன் வாங்கி எல்லாவற்றையும் அழித்த பிறகு அது ஒன்றுதான் பாக்கி இருந்தது. அதையும் விற்கப்போகிறானானம். இல்லாவிட்டால், கோர்ட்டில் அட்டாச் பண்ணிவிடுவார்களாம்.

இங்கே ஆயிரம் மைலில் இருந்துகொண்டு, 'வேண்டாம் வேண்டாம்' என்று சாடை காட்ட முடியுமா? கத்த முடியுமா? என் கணவருக்கு விளக்க முடியுமா? என்ன செய்யப்போகிறேன்!

கணவருக்கு போன் செய்தேன். அவர் லேசில் கிடைத்துவிடுவாரா? ஜாயிண்ட் செக்ரட்ரி - டிஃபென்ஸ் மினிஸ்டரி. முதலில் பி.ஏ. எடுப்பான். 'அப்பா, நான் அவருடைய தாலி கட்டிய பொண்டாட்டி' என்று சொல்ல வேண்டும். சொன்னேன்.

'ரூமில் இருக்கிறாரா, பார்க்கிறேன்'.

மௌனம்.

'ஸாரி மிஸஸ் ஷங்கர்! அவர் கான்ஃபரன்ஸில் இருக்கிறார்'.

'அவர் வந்ததும் உடனே எனக்கு டெலிபோன் செய்யச் சொல்கிறீர்களா?'

'ஐல் டு மிஸஸ் ஷங்கர்'.

பாழாய்ப்போன கான்ஃபரன்ஸ்! வெறும் வெட்டிப் பேச்சும் காப்பியும்! என் வீட்டை

விற்கப்போகிறான். என்ன செய்வது? மேலும் கீழும் அலைந்தேன். ஜன்னல் வழியாக வெளியே பார்த்தேன். பார்க்கில், சின்னப் பையன்கள் பாப்கார்ன் சாப்பிட்டுக்கொண்டிருந்தார்கள். என் வீடு விலை போகிறது; பாப்பார்ன் சாப்பிடுகிறார்கள். எத்தனை நேரம், எத்தனை நேரம் டெலிபோனையே பார்த்துக்கொண்டிருப்பது? அடித்துத் தொலையேன். கறுப்புப் பிசாசே - அடித்தது.

'என்ன சித்ரா?' அவர்தான் - வெற்றி என்று பெரிய எழுத்தில் எழுதியிருக்கும் குரலுடன்.

'உடனே வீட்டுக்கு வாருங்கள். நான் மெட்ராஸ் போக வேண்டும்'.

'எதற்கு?'

'அண்ணா வீட்டை விற்கப் போகிறானாம்'.

'எந்த வீடு?'

'எந்த வீடு? இதென்ன கேள்வி? எத்தனை வீடு இருக்கிறது? அண்ணா வீட்டை விற்கப் போகிறானாம்'.

'ஸோ?'

ஸோ என்ன, ஸோ! பாழாய்ப்போன மனிதரே, ஏர்கண்டிஷன் ரூமில் உட்கார்ந்துகொண்டு, சிகரெட்டைப் புகைத்துக்கொண்டு 'ஸோ'வாம்.

'விற்பதைத் தடுத்து நிறுத்த வேண்டும்'.

'சித்ரா, உனக்கு மூச்சு வாங்கிறது. ஒரு டம்ளர் தண்ணீர் குடித்து விட்டு வா. அப்புறம் பேசு'.

'விளையாடாதீர்கள்'.

'சித்ரா, நிதானமாகச் சொல். என்ன செய்ய வேண்டும். எப்படி நிறுத்த வேண்டும்?'

'பணம் கொடுத்து'.

'எத்தனை பணம்?'

'எனக்குத் தெரியாது. முதலில் விற்பதைத் தடுக்க வேண்டும். தந்தி அடியுங்கள். டிரங்கால் போடுங்கள். என்னவாவது செய்யுங்கள்'.

'இன் அதர் வேர்ஸ், உன் அண்ணாவின் கடனை எல்லாம் நான் அடைக்க வேண்டும். அப்படித்தானே?''

'அப்படித்தான்'.

'எங்கே பணம் இருக்கிறது? அவனுக்கு எவ்வளவு கடன் இருக்கும் தெரியுமா? ஐம்பதாயிரத்துக்கு மேல். அவ்வளவு ஏது நம்மிடம்?'

'இருக்கிறது. எனக்குத் தெரியும். அவருக்கு சொத்தே லட்சத்துக்கு இருக்கிறது...'

'மேலும், அப்படி நாம் ரிஸ்க் எடுத்துக்கொள்ளலாமா? உன் அண்ணா விவகாரங்களில் எவ்வளவு சிக்கல் இருக்குமோ?'

'பேசாமல் பணத்தைக் கொடுத்துவிட்டு, அந்த வீட்டை நம் பேரில் எழுதி வாங்கிக்கொண்டுவிடலாம். பணம் போகாது. வீடு கிடைக்குமே'.

'உனக்கு ஒரு வீடு வேண்டும்; அவ்வளவுதானே?'

'எனக்கு அந்த வீடு வேண்டும்'.

'என்ன அது ஸ்பெஷல்?'

'அப்படித்தான்!'

'இது ஒரு பதிலா சித்ரா? அந்த வீடு ஒரு ஜங்க். பழங்காலத்து வீடு. மேலும், அதை மீட்டுக்கிறது அவ்வளவு சுலபமான காரியம் இல்லை. சிக்கல் நிறைய இருக்கும். உன் அண்ணா, பிதுரார்ஜித மாக அடைந்த சொத்து. அதை டிரான்ஸ்ஃபர் பண்ண முடியுமோ என்னவோ?'

'உங்களுக்கு அந்த வீடு ஜங்க். எனக்கு அது என் அம்மா அப்பா, என் குடும்ப ரத்தம்',

'என்ன உளறுகிறாய்? வீடாவது ரத்தமாவது? பைத்தியக்காரத் தனமா, புத்தகத்தை எல்லாம் படித்துவிட்டு...'

'உங்களுடன் சாமர்த்தியப் பேச்சுப் பேச என்னால் முடியாது'.

'பின் என்ன செய்ய வேண்டும்?'

'தந்தியாவது அடியுங்கள், அண்ணாவுக்கு'.

'என்ன தந்தி?'

'தம்புராத் தந்தி! ஏன் இப்படி என் அலைச்சலை அறியாமல் இழுத்து இழுத்துப் பேசிக்கொண்டு போகிறீர்கள். உங்களால் இதையாவது செய்ய முடியுமா? எனக்கு ஒரு டிக்கெட் வாங்கிக் கொடுங்கள். குமாரசாமியையும் கூட அனுப்புங்கள். நான் வனஜா வீட்டில் போய்த் தங்குகிறேன். (அவர் தங்கை) அண்ணாவிடம் போய் மன்றாடிக் கேட்கிறேன். எப்படியாவது விற்காமல், சிலருக்கு வழி பண்ணுகிறேன். நீங்களும்தான் சண்டிகர் போகப் போகிறீர்கள். தடுத்து நிறுத்தப் பார்க்கிறேன்'.

'அதை நிறுத்தப் பணம் ஒன்றால்தான் முடியும்'.

'பணம் நான் தருகிறேன்'.

'உன்னிடம் ஏது பணம்?'

'பணம் நாம் தரலாம்'.

'என்ன பெண்ணே, அப்படிப் பேசுகிறாயே? நான்தான் சொன்னேனே - அதில் சிக்கல் நிறைய இருக்கிறது என்று?'

'டெலிபோனில் அழ எனக்கு விருப்பமில்லை'.

'எதற்காக அழ வேண்டும்? அந்தக் குப்பை வீட்டுக்காகவா? தொலைகிறது போ! நான் கட்டித் தருகிறேன். உனக்கு, தாஜ்மகால்போல'.

எனக்கு அவரிடம் அப்படிக் கோபம் வந்தது. உலகத்து அளவு.

'கொஞ்சம் நிதானமாக யோசித்துப் பார். நீ போனால், உன் அண்ணன் என்னை மதிக்கப்போகிறானா? போன வருஷம் கடன் கேட்டான். தரவில்லை என்று எப்படியெல்லாம் பேசிவிட்டுப் போனான்! அவனைப் பற்றித்தான் உனக்குத் தெரியுமே...'

'உங்களுக்கு எப்படிச் சொல்வது என்று தெரியவில்லை. நீங்கள் அந்த வீட்டை ஒரு நாள் இரண்டு நாள்தான் பார்த்திருக்கிறீர்கள். எனக்கு அந்த வீடு வேறு. என் அம்மா அப்பா ஞாபகத்துக்கு - என் பிறப்புக்கும், என் சந்ததிக்கும் தொடர்பாக இருக்கிற ஒரே ஒரு சங்கிலி அது. அதுவும் போய்விட்டால், எனக்கும் அந்த நாள்களுக்கும் தொடர்பு பூரா போய்விடும்'.

'அந்த வீட்டில் என்னதான் இருக்கிறது?'

'ஞாபகங்கள்'.

‘பா! ஞாபகங்களை ரூபாய் கொடுத்து வாங்க வேண்டுமா?’

‘ப்ளீஸ்! இந்த கேள்வியெல்லாம் இப்பொழுது வேண்டாம். என் மனம் ரொம்ப அல்லல் படுகிறது. தயவு செய்து என்னை அங்கே போக விடுங்கள். தடுத்து நிறுத்த முடியாவிட்டாலும், வீட்டைக் கடைசித் தடவையாகப் பார்த்து விட்டாவது வருகிறேன்’.

‘வீட்டைப் பார்க்க ரூபாய் செலவழித்துக்கொண்டு...’

‘ரூபாய்... ரூபாய்! நீங்கள் கொடுக்க வேண்டாம். என் அம்மா எனக்கு எத்தனை நகைகள் பண்ணிப் போட்டிருக்கிறாள்’.

‘ஈஸி, ஈஸி. அனுப்புகிறேன்’.

‘உடனே டிக்கெட் வாங்குங்கள்.’’

‘வாங்குகிறேன். கோபம் இல்லையே?’

‘நிறைய கோவம்’.

டெலிபோன் வைத்ததும், மார்பு படபடத்தது. என் கணவருக்கு அவர் மட்டும்தான் புத்திசாலி. ஐ.ஏ.எஸ். ஜாயிண்ட் செகரட்ரி. இவர் ஒரு நாள் ஆபீஸ் போகாவிட்டால், அரசாங்கம் கவிழ்ந்து விடும்.

அவருடைய உலகத்துக்கு என்னைக் ‘கொத்திக்கொண்டு’ சென்றவர். மாம்பலத்து வீட்டில்தான் என்னைப் பெண் பார்க்க வந்தார். மூக்குக் கண்ணாடி வழியாகப் பார்த்தார். ‘டஸ் ஷி ஸிங்?’ என்றார். ஆர்மோனியப் பெட்டி இல்லாமல் பாடினேன். அப்புறம் வீணையைக் கொண்டுவந்து உட்கார்த்திவைத்தார்கள். வாசித்தேன். முதலில் நமஸ்காரம், கடைசியாக நமஸ்காரம்.

அவர் அம்மா, என்னை ஒரு அறைக்குள் அழைத்துச் சென்று, என் தலை மயிர் பின்னலைச் சற்று இழுத்துப் பார்த்தாள். (கூந்தல் நிஜம்தானா) சிரிக்க வைத்துப் பல்லெல்லாம் பார்த்தார்கள். நான் அப்பொழுது அழகாக இருந்தேன். என் அம்மா இருந்தாள். அப்போது, என் அப்பா விட்டுவைத்துப்போன சொத்து மிச்ச மிருந்தது. பெரிய வீடு, நிலபுலன்கள்...

குதிரை வாங்குகிறதுபோல், என்னை வாங்கிக்கொண்டு சென்றார்கள். அவர் குணம் எப்படி, என் குணம் எப்படி...? ம்ஹூம்! இந்த வித்தியாசங்கள் எல்லாம், கல்யாணம் ஆன பிற்பாடு அவர்களே தீர்த்துக்கொள்ளட்டும். இருட்டில்

வைரங்கள் ஜொலித்தால் மட்டும் போதும். வேதனைகள், ஏமாற்றங்கள் எல்லாம் ஜொலித்தால்... இவற்றைப் பற்றி எல்லாம் என்ன கவலை?

என் கணவர் உலகம் வேறு. அவருடைய போலி சிநேகிதர் களுடன், நுனி நாக்கில் இங்கிலீஷ் பேச வேண்டும். (கல்யாண மான புதிதில், என் அக்ஸென்ட் சரியாக இல்லை என்று ஒரு பார்ஸிக்காரி எனக்கு ட்யூஷன்!) கார் ஓட்ட வேண்டும். பார்ட்டி களில், கிளாஸில் திரவங்கள் ததும்ப வேண்டும். கேட்டபோது, மறுக்காமல் தர வேண்டும். எனக்கு விருப்பமா இல்லையா? அந்தப் பேச்சே இல்லையே!

என் கணவரைப் பற்றி நான் இப்படிச் சொல்கிறேனே என்று ஆச்சரியப்படலாம். நான் மனசில் இருப்பதைத்தான் சொல் கிறேன். எனக்கென்று தனி ஆசைகள், தனிக் குணங்கள் இருக்கலாம் என்று அவர் கவலைப்படுவதாகத் தெரியவில்லை. நான் சித்ரா இல்லை. மிஸஸ் ஷங்கர்! அவர் நாட்டைப் பரிபாலனம் பண்ணுகிறவர். டெலிபோன் அவரைக் கூப்பிட்டுக்கொண்டே இருக்கும். டெபுடேஷனில் போவார். டெலிகேஷனில் போய், ரோம் நகரத்திலிருந்து வர்ணக் கார்டு அனுப்புவார் - 'விஷ் யு வர் ஹியர்!'

நான் வீட்டில் இருந்துகொண்டு, அவர் சுற்றுலாவின் அட்ட வணையை நண்பர்களிடம் பெருமையாகச் சொல்லிக்கொள்ள வேண்டும். உலகப் படத்தில் விரலால் தொடர வேண்டும். இன்று பாரீஸ் போய்விட்டு, நாளைக்கு ஜெனீவா. ஜெனீவாவில் இரண்டு நாள். அப்புறம் தாஷ்கெண்ட்.

இரை தேடிக்கொண்டு வரும் ஆண் சிங்கம்போல், டேப்ரிகார்டர், ஸ்டீரியோ, டிரான்ஸிஸ்டர், பாயர் மிக்ஸி என்று சேகரித்துக் கொண்டு வருவார். நான், ஏர்-கண்டிஷண்ட் குகையைவிட்டு வெளிவராத சோம்பேறிப் பெண் சிங்கம். குழந்தையா? 'டூ லோ ஏர்லி மை டார்லிங் சித்ரா'. மனைவி இல்லை, லவ் மெஷின்.

எனக்கு எவ்வளவு சின்னச் சின்ன ஆசகைள். செருப்புப் போட்டுக் கொள்ளாமல் சன்னமாக மணலில் நடக்க வேண்டும். தெருவிலே விற்கிற 'ஆலு டிக்கி'யை வாங்கிச் சாப்பிட வேண்டும். நோட் புத்தகத்தில் சின்னச் சின்னதாக பாட்டுகள் எழுத வேண்டும். அப்புறம் அந்த ஆசை? அதைப்பற்றி என்ன இப்ப?

இப்பொழுதுதான் என் வீடு மாற்றப்போவதை நிறுத்த வேண்டும். அதுதான் தற்போதைய பரிபூரண ஆசை, வெளி...!

பிடிவாதம் பிடித்து ரயிலேறி, இரண்டு நாள் நிம்மதி இல்லாத பிரயாணம் செய்து சென்னைக்கு வந்துவிட்டேன். குமாரசாமி தேர்டு கிளாஸிலிருந்து பயபக்தியுடன் வந்து, 'எங்கம்மா? கிரிஜா அம்மா வீட்டுக்கா?' என்றான்.

'இல்லை, குமாரசாமி. நேராக என் அண்ணன் வீட்டுக்குப் போக வேண்டும்'.

'அய்யா நேரா உங்கள... கிரிஜா அம்மா வீட்டுக்கு...'

'அய்யாவை மற. இது அம்மா ஊர். அம்மா சொல்படி நடந்தாகணும்'.

'சரியம்மா'.

டாக்சியில் ஏறி, தியாகராய நகருக்குச் செல்கையில் என் மனம் அலைந்தது. அண்ணா என்னை லட்சியம் பண்ணமாட்டான்! 'போன வருஷம் உன் வீட்டில் வந்து தொங்கினேன். அப்ப ஹெல்ப் பண்ணியிருந்தா இது நடந்திருக்காதே!' என்று சொல்லப் போகிறான். அதற்கு என்ன பதில் சொல்லப்போகிறேன்? 'நீங்கள் எல்லாம் பணக்காரர்கள். நான் ஏழை' என்று தனிப்படுத்திப் பேசுவான். 'அண்ணா, எனக்குச் சுதந்தரம் இல்லையடா' என்று சொன்னால் நம்புவானா? அப்புறம், மன்னியை எப்படி நேராகப் பார்க்கப்போகிறேன்? அந்த மூன்று குழந்தைகளையும்... டாக்ஸியை நிறுத்தி, மூன்று பிஸ்கட் பாக்கெட்டுகள் வாங்கிக் கொண்டேன்.

மனுஷனே முழுகுகிறான்! வீட்டைக் காப்பாற்ற வந்துவிட்டாள்.

அண்ணா! அப்படி இல்லையடா! என்னை உனக்குத் தெரியாதா? நாம் எல்லாரும் சின்ன வயசில் விளையாடவில்லையா? நான், நீ அவன் - அவன் பெயர் என்ன? ராஜு - எல்லாரும் ஊஞ்சலில் ஆடவில்லையா? என்னைத் தெரியாதா?

நீ எப்பவாவது கண்ணெடுத்துப் பார்த்தாயா. எங்கள் பக்கம்? வீடு போகிறது என்று மட்டும் வருகிறாயே! போன தடவை நான் டைபாய்டில் படுத்துக்கொண்டிருந்தபோது, ஒரு கார்டு எழுதினாயா?

எனக்கு அப்போது தெரியவே தெரியாதேடா. அப்புறம் லலிதா வந்து சொன்னபோதுதான் தெரியும். அண்ணா, நான் புகுந்த இடத்துச் சூழ்நிலை வேறுவிதமானது என்று எப்படி உனக்கு விளங்க வைக்கப்போகிறேன்? பயமாயிருக்கிறதே!

வீடு ஏலம் போகிறதாம். வந்துவிட்டாள்.

பயமாயிருக்கிறதே...!

தியேட்டர் தாண்டி எங்கள் தெருவில் திரும்பியது டாக்ஸி.

'லெஃப்டப்பா'.

எங்கள் தெரு. இதோ, இன்னும் ஒரு ஃபர்லாங், எங்கள் வீட்டுக்கு...

மெள்ள நெருங்கியது. பயமாயிருக்கிறதே!

இதோ என் வீடு... என் வீடு...

'நிறுத்துப்பா'.

எவ்வளவு பெரிய வீடு! என் வீடு! எத்தனை வருஷம் கழித்துப் பார்க்கிறேன்.

என்ன இது - வாசலில் இருந்த வராந்தாவில் செங்கல் தடுப்புகள், போர்டு, 'லட்சுமி கமர்ஷியல் இன்ஸ்டிடியூட்' - பெண்களுக்குத் தனி கிளாஸ்'. அப்புறம் ஒரு டீக்கடை. என் வீட்டின் முகம் எங்கே? வாசல் எங்கே?

'குமாரசாமி, உள்ளே போய்ப் பார்'.

என்னை எல்லோரும் கவனித்தார்கள். எவ்வளவு அன்னிய முகங ்கள். கமர்ஷியல் இன்ஸ்டிடியூட்டில், டைப்ரைட்டர் என் இதயம் போல் வெடித்துக்கொண்டிருந்தது. பெண்ணே! சுறுசுறுப்பாக டைப் அடி. கல்யாணம் செய்துகொள்ளாதே.

குமாரசாமி வந்தான். 'அவங்க இல்லீங்களாமே'.

ஒருவன் வெளியில் வந்தான்.

'யாரு வேணும் நிங்களுக்கு?'

'இந்த வீட்டுச் சொந்தக்காரர் கேசவன். ஜி.கேசவன்'.

'அயாள் போயி'.

'என்ன போயி? எங்க போயி?'

'நீங்க யாரும்மா?' - மற்றொருவர்.

'நான் இந்த வீட்டுச் சொந்தக்காரர் கேசவனின் ஸிஸ்டர்'.

'கேசவன்? ஓ! கேசவன்!'

'அவர் மூணு நாள் முன்னாடியே இந்த இடத்தை விட்டுப் போயிட்டாரே!' என்று ஒரு கீச்சுக் குரல்...

'அப்ப இந்த வீடு?'

'வித்தாச்சு. நம்ம சுகுணா பிக்சர்ஸ் ரெட்டி வாங்கி இருக்கிறார். நீங்க 'இளந்தலைவன்' பார்த்ததில்லை?'

'வித்தாச்சா, எப்ப?'

'விக்கலை. மூழ்கிப்போச்சு கடன்லேன்னு சொல்லிக்கிறாங்க'.

'இப்ப யார் இருக்காங்க இதிலே?'

'காலியாத்தான் இருக்கு. வெள்ளையடிச்சுக்கிட்டிருக்காங்க' என்றான் குமாரசாமி.

'குமாரசாமி, இரு' என்றேன்.

'டாக்ஸி?'

'நிக்கட்டும்'.

நான் மெதுவாக உள்ளே நுழைந்தேன். பிரவாகமாக என்னுள் நினைவுகள், நினைவுகள்...

அழக் கூடாது. அழக் கூடாது. அடக்கிக்கொள். வீடு என்றால் வீடு!

வாசலில் இந்த இடத்தில், ஈட்டி ஈட்டியாக கேட் இருக்கும். இந்த வராண்டா நீளமாக இருக்கும். எத்தனை கிரிக்கெட் ஆடி யிருக்கிறார்கள். இங்கே அண்ணாவும், அவன் சிநேகிதர்களும்!

திண்ணை! எத்தனை பேர் தண்டச் சாப்பாடு சாப்பிட்டு உறங்கி இருக்கிறார்கள். இதில்!... அப்புறம் ரேழி. அதில்தான், அப்பாவைக் கிடத்திவிட்டு எல்லோரும் அலறினார்கள். அப்புறம் பெரிய பாட்டி, அப்புறம் அம்மா. 'அம்மா! அழக் கூடாது. ஜாயிண்ட் செக்ரட்டரி பெண்டாட்டி நீ!'

தயக்கத்துடன் மேலே நடந்தேன். காலியாக இருக்கிறது ஹால். ஒரே ஒரு ஏணியும், ஒரு டிஸ்டெம்பர் டப்பாவும் கிடக்கிறது. கூடம். இதில் நான் பரதநாட்டியம் பயின்றேன். 'தாம் தித்தாம் தை தத்தை...' சலங்கை ஒலிக்கிறது. கோலாட்டக் கழி தரையில் எதிரொலிக்கிறது. பாட்டு வாத்தியார், வீணை வாத்தியார். நாட்டியத்துக்காக, அவள் பெயர் என்ன? சுகுனசுந்தரியா? வெற்றிலையின் முதுகு நரம்பை எவ்வளவு சாமர்த்தியமாக கழிப்பாள். அப்புறம் ஊஞ்சல். ஊஞ்சலின் கொக்கிகள் மட்டும் தெரிந்தன. என் மனத்தில் ஊஞ்சல் தொங்கியது. ஆடியது. நானும் கேசவனும் ரெயில் விளையாட்டு விளையாடினது. வலது பக்கம் சமையலறை. ஐயருடன் ரகசிய ஒப்பந்தம். மோர் சாதத்துக்குச் சர்க்கரை. வருஷங்கள் பின் சென்று தித்தித்தது. இடது பக்கம் இருட்டறை. அதில் இருந்த இரும்புப் பெட்டி எங்கே? அதில் கைப்பிடியில் செதுக்கியிருந்த வெண்கல விரல்கள் எங்கே? பின்கூடம் தாழ்வாரம், கொட்டகை. அதில் கட்டியிருந்த வெள்ளைப்பசு. அதன் கண்களின் அழகு, அந்தப் புத்தம் புதிய கன்றுக்குட்டி என் மானசீகத்தில் அதன் 'ம்மா...'

மறுபடி கூடத்துக்கு வந்தேன். அந்தப் படங்கள் எல்லாம் எங்கே? என் அப்பா, விசிறி மடிப்பும் பெரிய லாங்கோட்டும், கெடியாரச் சங்கிலியுமாக நிற்பாரே! அப்புறம், ரவி வர்மாவின் கேரளத்து அழகிகள், காளிங்க நர்த்தனம், ஜரிகையால் அலங்கரிக்கப்பட்ட ராமர், அவர் பக்கத்துச் சீதையின் ரோஸ் கலர் புடவை. பெரிய கண்ணாடி இருக்குமே? அதில் நான் பதினெட்டு வயதில் தெரிவேனே? அப்புறம், இந்த மூலையில்தான் அந்தப் பழைய காலத்து எச்.எம்.வி. கிராமபோன் இருக்கும். அதைத் திறந்தால் ஒரு தனிப்பட்ட வாசனை அடிக்கும். பெட்டி பெட்டியாக ராமானுஜ அய்யங்காரின் ப்ளேட்டுகள் இருக்கும். 'க்ஷீர சாகர'வில் ஒரு கீறல் இருக்கும்.

கூடத்திலிருந்து மாடி அறைக்குச் செல்லும் மரப்படிகள் வழவழவென்று கைப்பிடி. 'நீயெல்லாம் இந்த மாதிரி சறுக்கக்

கூடாது. உனக்கு வயசாயிடுத்து!' என்று அம்மாவின் குரல் அந்த ஹாலில் எதிரொலித்தது.

மாடி ஏறினேன். அப்பா எப்பொழுதோ ஜில்லா போர்ட் பிரசிடெண்டாக இருந்தபோது அவருக்கு அளித்த வரவேற்புப் பத்திரங்கள், இதோ இந்தப் பாழ் சுவரில்தான் ஃப்ரேம் போட்டு மாட்டி இருக்கும். தங்க எழுத்தில் பொய்கள். அப்புறம் இந்த அலமாரியில் புத்தகங்கள் இல்லை. 'ரத்தினபுரி ரகசியம்' எட்டு வால்யூம்கள் - குதிரைகள் வருகின்றன. அவர்கள் சந்தித்துக் கொள்கிறார்கள். கத்தியால் குத்திக்கொள்கிறார்கள். என் ரத்தம் உறைகிறது. ரங்கராஜுவின் 'ராஜாம்பாள்'.

இங்கே சோபா போட்டிருக்கும். இந்தக் கதவைத் திறந்தால், மொட்டை மாடிக்குப் போகும் படிகள் தெரியும். (திருட்டுத்தன மாகப் போவோம்) படிகள் தெரிந்தன. மெதுவாக மொட்டை மாடிக்குச் சென்றேன். ஒரு தகர ஷெட் இருக்குமே... இன்னும் இருக்கிறதே. இதில்தான், கண்டா முண்டா சாமான்களையெல் லாம் போட்டிருக்கும். புதையல்போல - அதில் விநோதங்களைத் தேடுவோமே, நாங்கள் இருவரும். ஒளிந்துகொள்ள எவ்வளவு பத்திரமான இடம்! இந்த உலகத்தின் உண்மைகளிலிருந்து ஒளிந்துகொள்ள! ஒருவரை ஒருவர் அறிந்துகொள்ள!

இந்தத் தகர ஷெட்டுக்கும், காரைச் சுவருக்கும் இடையில் ஒரு ரகசிய இடம்! எங்கள் இரண்டு பேருக்கு மட்டும் தெரிந்த இடம். மெதுவாக நான் இதை அணுக அணுக, என் வயதின் வருடங்கள் உதிர்ந்து, அந்தப் பதினெட்டு வயதை மறுபடி அடைந்தேன். எவ்வளவு ரகசியமான ஒருவருக்கும் தெரியாத இடம்! - நானும் அவனும் மட்டும்தான். நானும் ராஜுவும்.

'சித்ரா'.

'சொல்லு'.

'நான் உன்னைத் தொடலாமா?'

'தொடு'.

'இன்னும் தொடு'.

கால் ஒடிந்த சோபா, பெட்பான், உபயோகமில்லாத நாற்காலி கள், நடைவண்டி, தகர டின் எல்லாவற்றையும் விலக்கினேன்.

அந்தக் காரை சுவர் தெரிந்தது. அந்த எழுத்துகளும் தெரிந்தன. அதில் அவன் அன்று ஆணியால் கிறுக்கினானே - இருக்கிறது.

'சித்ரா! நான் உன்னைக் கல்யாணம் செய்துகொள்ளப்போகிறேன் - ராஜு'. இரண்டே இரண்டு வாசகர்களுக்கு மட்டும் ஒரு காவியம்.

அம்மா இல்லை; அப்பா இல்லை; அண்ணா எங்கிருக்கிறான்? தெரியவில்லை. ராஜுவும் இல்லை. (தோற்றம் 4-5-1935, மறைவு 14-9-1956) அவன் சுவரில் எழுதின கிறுக்கலைப் பார்க்க, ஆயிரம் மைல்கள் பிரயாணம் செய்து வந்து, மொட்டை மாடியில் தனியாகச் சற்று நேரம் நின்று அழுதேன்.

ஸோம்னா

'ஸோம்னா?' என்று கேட்டவன் சிதம்பரம்.

'ம்புலிசம்' என்றேன். 'ஸோம்னாம்புலிசம்' என்றேன், ஒட்டவைத்து.

'அப்படி என்றால் என்ன?'

'சரியாக அர்த்தம் சொல்கிறேன்' என்று சேம்பர்ஸ் அகராதியைப் புரட்டி, 'ம்... ஸோம்ப்ராரோ, ஸேம், ஸோமர்ஸால்ட், ஸோமய்யா, ஸோம்னஸ், ஸோம்னாம்-புலிசம். தூக்கத்தில் நடப்பது. ஒருவித தன்னியக்க நிலையில், செய்த காரியங்கள், நினைவில் அல்லாத நிலை...' என்று நிமிர்ந்தேன்.

'என் கம்ப்ளெய்ண்ட் அது இல்லை' என்றான். 'எனக்கு எல்லாம் நினைவில் இருக்கிறது'.

'உன் கம்ளெய்ண்ட் எது?'

'கனவுகள்'.

'சொப்பனாவஸ்தையா? தளர்ச்சியடைந்து பலவீனமா? பூச்சி பறப்பதுபோல் தெரிதலா?'

'சித்த வைத்தியசாலை விளம்பரம்போலப் பேசாதே, எனக்குக் கோபம் வருகிறது'.

'என் அருமை வாலிப நண்பனே! உன் மனத்தில் இருப்பதைச் சொல்'.

'ஆத்மா, போன வாரம் நான் ஒரு பழைய புத்தகக் கடைக்குப் போயிருந்தேன்'.

சிதம்பரம் மேலே தொய்வதற்குள் அவனை வர்ணித்துவிடுவது உசிதம்.

சிதம்பரம் என் நண்பன். திடீரென்று பேனாவை எடுத்துவைத்துக் கொண்டு பாட்டு எழுதும் நண்பன். அவன் எழுதிய,

'உனக்காக, நான் உலகத்தின் எல்லைவரை உலவத் தயார்...'

என்கிற பாட்டு, மெல்லிசை வடிவத்தில் பாடியவர் ஹேமலதா! (இசையமைப்பு மல்லி) வானொலியில் ஒலிபரப்பாயிற்று.

அதிலிருந்து துவங்கி, ஒரு குயர் நோட்டுப் பூரா பாடல்களாகவே எழுதி நிரப்பியிருக்கிறான். எல்லாப் பாடல்களிலும் காதலர்கள் ஒருத்தரை ஒருத்தர் சளைக்காமல், 'நீ சந்திரன், நீ என் உணர்வின் உள் மூச்சு, இதயம், இன்பப் பெட்டகம்...' என்று அழைத்துக் கொள்வார்கள். அவர்களுக்குச் சாப்பாடு வேண்டாம்; காப்பி வேண்டாம்; ஒருவர் எதிரில் ஒருவர் இருந்தால் போதும்.

நான் - அதாவது ஆத்மா, எனக்கு அந்தக் கவித்துவ பாவங்கள் புரியவில்லை. காதலர்கள் இன்னும் கொஞ்சம் தைரியமாக இருக்கலாம் என்பது என் கொள்கை. அதிகம் பேச்சு வேண்டாம் என்பதும் என் கொள்கை. உணர்ச்சிவசப்படும் சிதம்பரம் இதை எதிர்த்தாலும் என் நண்பன்தான்.

சிதம்பரம் சொன்னதைத் தொடர்கிறேன். 'பழைய புத்தகக் கடைக்குப் போயிருந்தேனா? அங்கே நான் ரொம்ப நாளாகத் தேடிய புத்தகம் ஒன்று இருந்தது. என்ன விலை என்று கேட்டதற்கு ஒரு ரூபாய் என்றான். எட்டணாவுக்கு கேட்டேன். கொடுக்க மாட்டேன் என்றான். வந்துவிட்டேன். 45 பக்கம்தான் இருக்கும் புத்தகம். ஒரு ரூபாயா என்று ஆத்திரத்தில் வந்துவிட்டேன். வீட்டுக்கு வந்ததும் மனசு கேட்கவில்லை. 'வருஷக்கணக்காகத் தேடிக்கொண்டிருக்கிறாய் எட்டணாவுக்காக விட்டுவிடப் போகிறாயா?' என்று மறுபடி போய், அந்தப் புத்தகத்தை ஒரு ரூபாய் கொடுத்து வாங்கி வந்துவிட்டேன். மறுநாள் படிக்கலாம் என்று புத்தகத்தைத் தேடுகிறேன். தேடுகிறேன். காணவே காணோம். தெளிவாகப் புத்தகத்தை வாங்கி வந்து, மேஜை மேல் வைத்தது ஞாபகமிருக்கிறது. காலை காணவில்லை'.

'திருட்டா?'

'இல்லை, கனா. புத்தகத்தை எட்டணாவுக்குக் கேட்டுவிட்டுத் திரும்பிவந்தது நிஜம். அதன் தொடர்ச்சியாக, மறுபடி கடைக்குப் போய் ஒரு ரூபாய் கொடுத்துப் புத்தகத்தை வாங்கினது, கனவில்.

அது கனாவென்று தெரியாமல், அவ்வளவு நிஜமான ஞாபகத்தில் பதிந்திருக்கிறது. கனவு எது, நிஜம் எது என்று தெரியாமல் குழப்பம் ஏற்பட்டுவிடுகிறது. அதுதான் என் கம்ப்ளெய்ண்ட்'.

'அதில் ஏதும் கஷ்டம் ஏற்படுகிறதா உனக்கு?'

'சங்கடமான நிலைகள் ஏற்பட்டுவிடுகின்றன! கனவில் போஸ்ட் பண்ணின லெட்டர், திருப்பித் தந்த கடன்கள் எல்லாம் நனவில் செல்லுபடியாவதில்லையே!'

'பை தி வே. நீ எனக்கு 60 ரூபாய் கொடுக்க வேண்டும். கனவில் திருப்பிக் கொடுத்துவிட்டேன் என்று ஹராத்துப் பண்ணாதே. வாங்கினது டே லைட்டில். அப்போது மொச்சைக் கொட்டை மாதிரி விழித்துக்கொண்டிருந்தாய்'.

'நான் இதைச் சாக்காக வைத்துக்கொண்டு, எல்லோரையும் ஏமாற்றுகிறேன்' என்று நினைக்கிறாயா? என் நிலையில் நீ இல்லை - தர்மசங்கடம். கனவும் நனவும் ரொம்ப இழைகிறது.

'சோலைமலை இளவரசி?'

'கால வித்தியாசம் இல்லையே! தின வாழ்க்கையில் நடப்பது அப்படியே கனவில் தொடர்கிறது'.

'ஃப்ராய்ட் என்ன சொன்னார் தெரியுமா?'

'என்ன?'

'என் பெயர் ஸிக்மண்ட் ஃப்ராய்ட் என்று'.

'விளையாடுகிறாய். நான் ஸீரியஸாகப் பேசுகிறேன் உன்னிடம் உபதேசம் கேட்க வந்தேன் பார்...'

'உபதேசமா? கேள். கார்டினால் மாத்திரைகள் வாங்கிக்கொள். ஒன்று, தூங்குவதற்கு முன் சாப்பிடு. பம்பரம்போல் தூங்குவாய். கனவில்லாமல் நிச்சலனமாக...'

'நான் தூங்குவதில் ஒன்றும் குறையவில்லை. தூக்கம் நிறைய வருகிறது. கனவுகளைத்தான் தவிர்க்க முடியவில்லை. நான் அட்வைஸ் கேட்க வந்தது தூக்கத்துக்கு அல்ல, மற்றொரு விஷயத்தைப் பற்றி. என் ஆபீசில் ஒரு பெண்...'

நான் சரியாக உட்கார்ந்துகொண்டு, 'சொல்லு, சொல்லு' என்றேன்.

‘அவள் பெயர் நிர்மலா’.

‘வெறும் நிர்மலா.’

‘நான் இங்கே உட்கார்ந்தால், என் எதிரே பத்தடியில் உட்கார்ந் திருப்பாள்’.

‘டைப்ரைட்டருக்குப் பின்னால், ‘டைப்ரைட்டர் டகடகடக; இதயம் படபடபட. அவள் ஸ்பேஸ்பாரை அழுத்தும்போதெல் லாம், உன் ரத்த அழுத்தம் ஒரு 20 பாயிண்ட் எம்புகிறதா?’

‘இல்லை’.

‘இல்லையா? அவளை நீ காதலிக்கவில்லையா?’

‘பார் ஆத்மா, நானும் அவளும் ஓர் இரட்டை வாழ்க்கை வாழ் கிறோம். ஆபீஸில், சாதாரணமாக அளவாகப் பேசிக்கொள் கிறோம். ‘ஹெட் கிளார்க் கூப்பிடுகிறார்’, ‘மேனேஜர் வரச் சொன்னார்’, ‘பர்ஸ்யூவுக்கு என்ன சார் ஸ்பெல்லிங்’... இப்படி. ஆனால், கனவில் வேறுவிதமாகப் பழகுகிறோம்...’’

‘வேறுவிதமாக என்றால்? கொஞ்சம் நெருக்கமாவா?’

‘ஏறக்குறைய... அவளாகத்தான் அன்று வந்தாள். ‘ஸார் உங்க ப்ரொஃபைல் கொஞ்சம் ஷஷி கபூர் மாதிரி இருக்கிறது’ என்றாள். அப்புறம் உங்களைப் பற்றி இன்னும் கொஞ்சம் தெரிந்துகொள்ள ஆவலாக இருக்கிறது என்றாள். ‘ஒன்று செய்யுங்களேன். சஃபையர் தியேட்டரில் சந்திப்போம். இரண்டு டிக்கெட் வாங்கி வைத்திருங்கள், நாளை மாலை’ என்று ரூபாய்கூடக் கொடுத்து விட்டுப் போனாள். நான் மறுநாள், இரண்டு டிக்கெட் வாங்கி வைத்துக்கொண்டு காத்திருந்தேன். காத்திருந்தேன். அவள் வரவே இல்லை. அவள் என்னுடன் வந்து பேசினதெல்லாம் கனவு’.

‘நீ பண்ணினது தப்பு. சஃபையர் தியேட்டருக்கு கனவில் சென்றிருந்தால் அவளைப் பிடித்திருக்கலாம். அவள் ‘அங்கே’ காத்திருந்தாளோ என்னவோ’.

‘இல்லை. ஏன் என்றால் அப்புறம் அவள் வராமல் இருந்ததற்கு வெள்ளமாக மன்னிப்பு கேட்டுக்கொண்டாள். சாயங்காலம் பீச்சுக்கு வரச் சொன்னாள்’.

'நீ பீச்சுக்குப் போனாய். பீச்சில் காற்று வந்தது. அவள் வரவில்லை'.

'அவள் வரவில்லை'.

'ட்ரிக்கி! ஒன்று செய்யேன். காலை எழுந்ததும், ராத்திரி பார்த்த கனவைக் குறித்து வைத்துக்கொள்ளேன். குறித்து வைத்துக் கொண்டதெல்லாம் கனா. நடக்கவேயில்லை என்று திருப்பித் திருப்பி சொல்லிக்கொள்ளேன்'.

'என் கனவுகள் அந்த ரகமில்லை. என் கனவுகளில் நான் முழுசாக, பூரணமாக, ஃபிசிகலாக வாழ்கிறேன். என் கனவுகளில், இயற்கைக்கு விரோதமாக எதுவும் நடக்கிறதில்லை. ஆனால், எல்லோரும் நல்லவர்களாக இருக்கிறார்கள். பஸ்ஸில் இடம் கிடைக்கிறது. சிரித்துக்கொண்டு பதில் சொல்கிறார்கள். ரொம்பச் சுகமாக இருக்கிறது. அப்புறம், அந்த ஞாபகங்கள். என் தின வாழ்க்கையின் ஞாபகங்களையும் தனியாகப் பிரிக்க முடியவில்லை. நிர்மலாவுடன் நான் கனவில் சந்தித்துப் பேசும் பேச்சுகளில், ஆதாரமான சினேகிதத் தன்மையும், சுத்தமும் இருக்கிறது. அவளை நான் தொடுவதில்லை'.

'இன்று ராத்திரி தொட்டுவிடு. என்ன ஆனாலும் ஆகட்டும்'.

'என் சோகம், என் நனவுகளின் குழப்பத்தால் இல்லை ஆத்மா. வேறு ஒரு விஷயத்தால்...' அவன் தன் கைக்குட்டையை எடுத்துக் கொண்டு முகத்தைத் துடைத்துக்கொண்டு சொன்னான். 'சென்ற மூன்று தினங்களாக, நிர்மலா என்னுடன் பேசுவதில்லை'.

'கனவிலா?'

'எனக்குத்தான் கனவு, நனவு எல்லாம் கலைந்திருக்கிறது என்று சொன்னேனே. அதைப் பிரிக்கவும் நான் முற்படவில்லையே. பார், சாதாரணமாகத் தினமும் சந்திக்கும் வேளைகளில் அவள் வரவில்லை'.

'...போல இருந்ததா?'

'அப்புறம் அவள் எனக்கு ஒரு கடிதம் எழுதி இருந்தாள். அருமையான கடிதம். அந்தக் கடிதத்தைத் தவறவிட்டு விட்டேன். ரொம்பத் தேடினேன்'.

'எப்படிக் கிடைக்கும்?'

'அந்தக் கடிதத்தின் வாக்கியங்கள் எனக்கு மனப்பாடமாகி விட்டன. என் அன்புக்குரிய சிதம்பரம் அவர்களுக்கு, நான் சென்ற தினங்களாகச் சந்தித்துச் செலவழித்த இனிமையான கணங்களை என்னால் மறக்க முடியாது. உங்கள் மாதிரி நல்லவரைச் சந்திப்பது இனி எனக்குச் சாத்தியமில்லை. நம் சந்திப்பு, நம் சிநேகிதம் இயல்பாகத் திருமணத்தில் முடிந்திருக்க வேண்டும். அப்படி முடியாதபடி, விதி தடை செய்துவிட்டது. என் விருப்பத்துக்கு எதிராக, நான் செய்யவேண்டிய கடமை ஒன்று இருக்கிறது. அந்தக் கடமைக்காக, நான் ஒருவரைக் கட்டாயமாகத் திருமணம் செய்துகொள்ளவேண்டியிருக்கிறது. நான் உங்களுக்குச் சொன்னபடி, என் பெற்றோர்கள் ஏழைகள். என்னைப் படிக்கவைப்பதில் சிரமப்பட்டிருக்கிறார்கள். என் தந்தை நிறையக் கடன்பட்டிருக்கிறார். அதனால், அவர் குமாஸ்தாவாகப் பணி செய்யும் அந்தப் பெரிய வீட்டில், நான் மருமகளாகப் போகவேண்டியது தேவையாக இருக்கிறது. கடன் அடைபடுவதற்கு, என் தந்தை நிம்மதியுறுவதற்கு, என்னைக் கேட்டு விலை பேசி, என்னை மணம் செய்துகொள்ளப்போகிற வரைப் பற்றி நான் கேட்ட விவரங்கள், எனக்கு நிம்மதி தரவில்லை. ஆனால் ஒப்புக்கொண்டுவிட்டேன். திருத்த முயற்சி செய்ய வேண்டும். உங்களைப் போன்ற நல்லவர்களின் ஆசியும் மன்னிப்பும் தேவை. பிரிகிறேன். என் மனத்திலிருந்து என்றும் பிரியமாட்டீர்கள். நிர்மலா.' சிதம்பரம் கண் ஓரத்தைத் துடைத்துக்கொண்டான். 'ஆத்மா! இந்த நூற்றாண்டில் பெண்ணை விலைக்கு வாங்குகிறார்களாடா. அந்த கிராதகன் யார்? அவன், என் வாழ்வில் இருந்த ஒரே சந்தோஷத்தை விலை கொடுத்து வாங்கிச் செல்கிறான்'.

'கிராதகன்தான்!' என்றேன். அவன் எங்கே கிராதகன் என்பது பற்றிச் சற்றுக் குழப்பமாக இருந்தது. கனவிலா நனவிலா?'

'அவனை நான் பார்க்க மிக முயன்றுகொண்டிருக்கிறேன். இதுவரை தென்படவில்லை. தென்பட்டால்...'

'தென்பட்டால்?'

சிதம்பரம் எதிரே பிளாஸ்டிக் தட்டில், ஆப்பிள்களுக்கு அருகே வைத்திருந்த கத்தியை எடுத்துக்கொண்டான். 'இந்த மாதிரி கத்தி ஒன்றுதான் தேடிக் கொண்டிருந்தேன்'.

'எதற்கு?'

‘அவனைக் கொல்வதற்கு?’

‘பையா! டேக் இட் ஈஸி. இதெல்லாம் நிஜமில்லையோ?’

‘என்னைப்பொறுத்தவரை எல்லாம் நிஜம்’.

‘ஹஹ!’ என்றேன்.

‘என்ன ஹஹ?’

‘சான்ஸஸ் ஆர்... நீ அவனைப் பார்க்கவே போகிறதில்லை. நோட்டு பூரா காதல் பாட்டு எழுதும் உன் கற்பனை செய்த, ஸப்கான்ஷியஸ் செய்த, கதையில் ஒருவன் அவன். அவன் கல்யாணம் செய்துகொள்ளப்போவதும், அதே கற்பனையில், அதே கனவில்...’

‘கனவாவது, நிஜமாவது! எனக்கு இரண்டும் ஒன்று என்று எத்தனை தடவை சொன்னேன். அவனைப் பார்க்கப்போகிறேன். பார்த்ததும் அவன் அருகே சென்று சதக்!’

சிதம்பரம் என் மேஜைமேல் இருந்த புத்தகங்களைப் புரட்டினான். அவைகளில் ஒன்றிலிருந்து நழுவிய படத்தை எடுத்தான். திடுக்கிட்டான்.

‘ஆத்மா! இந்த போட்டோ!’

‘என்ன போட்டோ?’

‘புத்தகத்துக்குள் இருந்தது. இது எப்படி?’

‘இதுதான் என் கேர்ள் ஃப்ரெண்ட். இவளை நான் கல்யாணம் செய்துகொள்ளப்போகிறேன்’ என்றேன்.

‘ஆத்மா! இதுதான் என் நிர்மலா’.

‘என்ன!’

‘ஆத்மா, நீதானா அந்தக் கிராதகன்? உன்னைச் சந்திக்கத்தானா இத்தனை அலை அலைந்தேன்? ஆத்மா, என் அன்புள்ள ஆத்மா. ஆப்பிள் வெட்டுகிற கத்தி, ஆத்மாவைத்தான் வெட்டப் போகிறதா!’

‘ஐ ஸே சிதம்பரம்! முட்டாள்தனமாகப் பேசாதே. நீ பார்த்ததெல்லாம் கனவு. ஏய் ஸில்லி ஃபூல், கிட்ட வராதே. கத்தியைக் கீழே போடு!’’

'கனவு நிஜம் எல்லாம் எனக்கு ஒன்றுதாண்டா. வித்தியாசம் கிடையாது. இப்பொழுது உன்னுடன் பேசிக்கொண்டிருக்கிறேனே. அதுகூட, நிஜமா கனவா என்பது எனக்குத் தெரியவில்லை. உன்னை அணுகி வந்து, உன் வயிற்றில் 'சதக்' என்று குத்தப்போகிறேனே, இதுகூடக் கனவா நிஜமா என்பது தெரியவில்லை'.

நேராக, நான் சமாளிப்பதற்குள் என் மேல் பாய்ந்து, அந்தக் கத்தியால் என் மார்பு எலும்புகளுக்குச் சற்றுக் கீழே குத்தினான்.

வலிக்கவே இல்லை.

ராகினி என் வசமாக...

ஐந்நூறு ரூபாய் சன்மானம்!

சுமார் ஐந்தடி, பத்து அங்குலம் உயரமுள்ள இளைஞர். வயது இருபத்தெட்டு. அடர்த்தியான, ஒன்று சேர்ந்த புருவம். சிவப்பு நிறம். உயரத்துக்கு ஏற்ற புஷ்டி இல்லாத உடம்பு. இடது காதுக்கு அருகில் கால் அங்குலம் குறுக்களவுள்ள மச்சம். இடது கையில் 'ராகினி' என்று பச்சை குத்தியிருக்கும். மேற்படி அடையாளங்கள் உள்ளவரைக் கண்டவர், கண்ட இடம், நேரம் இவற்றைக் குறிப்பிட்டு, பெட்டி எண் 1062, இந்தப் பத்திரிகையின் மேற்பார்வைக்கு முகவரியிட்டுத் தகவல் தெரிவித்தால், ரூபாய் ஐந்நூறு வரை சன்மானம் பெறலாம்.

சமீபத்தில், இந்த விளம்பரத்தைக் கொடுத்தவன் நான்தான். எக்கச்சக்கமான செலவு! இன்றுடன் முப்பது நாள்களாகின்றன. தேடுகிறேன். அகப்படவில்லை.

வியாழக்கிழமை என்று நினைக்கிறேன். ஒரு மத்தியானம் என்று நினைக்கிறேன். செங்கல்பட்டு அருகில் உள்ள ஒரு கிராமம்வரை சென்றுவிட்டு - செயற்கை உரம் தயார் செய்யும் கம்பெனியில் 'சேல்ஸ்' வேலை எனக்கு - செங்கல்பட்டு ஜங்ஷனில் ரயில் ஏறினேன். ஏனோ அன்று கூட்டமே இல்லை. நான் ஏறிய பெட்டி காலியாக இருந்தது.

காலியான பெட்டியில் ஏறி, ஜன்னல் அருகில் உட்கார்ந்துகொண்டு பிரயாணம் செய்வது, வாழ்க்கையின் அற்ப சந்தோஷங்களில் ஒரு

முக்கியமான அற்ப சந்தோஷம். ஒரு மணி நேரத்துக்கு, அந்தச் சதுர அடிகள் நம் சாம்ராஜ்ஜியம். நமக்கே சொந்தம். நினைத்தது போல் பாடலாம். 'வாடா ஆ மச்சான்' என்று தமிழ் சினிமா பாட்டுப் பாடினேன். எதிர்புறத்து சீட்டில் காலை நீட்டிக் கிடத்திக் கொண்டு, கையிலிருந்த சினிமா பத்திரிகையில் வந்திருந்த நடிகை ஆரியமாலாவின் போட்டோ தகவலில் ஆழ்ந்தேன்.

நான் ஒரு சாதாரணம். வாழ்க்கையில் பல்லக்கில் போகிறவர்கள் மிகச் சிலர். மற்றவர்கள் பல்லக்குத் தூக்கித்தான் ஆக வேண்டும் என்பதைக் கேள்வி கேட்காமல் ஒப்புக்கொண்டவன். அந்தக் கூட்டத்திலும் நான் ஓர் எறும்பு. ஒரு எக்ஸ். மிதியடியின் மேல் எழுதியிருக்கும் நல்வரவு, செய்தித்தாள்கள் ஆகியவற்றை நம்புகிறவன். தொடர் நாவலில் வரும் மாலா, சேகரைக் கல்யாணம் செய்துகொள்வதில் சந்தோஷம்கொள்கிறவன். என் சாதாரணத் தன்மையில் எனக்கு வருத்தம் கிடையாது. அதில் ஓர் இதம் இருக்கிறது. நான், நானாக இருப்பதில்தான் எனக்கு ஆசை.

அப்பொழுதுதான் அவர் வண்டியில் ஏறினார். மற்ற இடங்கள் காலியாக இருக்க நேராக என் எதிரில் வந்து உட்கார்ந்தார். பக்கத்தில் ஒரு பிரம்புப் பெட்டியை ஜாக்கிரதையாக வைத்தார். தகர டிரங்கை மேலே அனுப்பினார். என் எதிரில் கால்களை மடக்கிக்கொண்டு ரிஷி மாதிரி உட்கார்ந்தார்.

'காலியாகத்தான் இருக்கிறது. பேச்சுத் துணைக்கு உங்கள் பக்கம் வந்தேன். மாம்பலத்தில் நிற்காதே இந்த வண்டி?' என்றார்.

'நிற்காது!' என்றேன். அவரைப் பார்த்த முதல் செகண்டிலிருந்து அவரை எனக்குப் பிடிக்கவில்லை. என் சாம்ராஜ்ஜியத்தை ஆக்கிரமித்தாரே என்று அவரிடம் இருந்த ஓர் அற்புதமான கவர்ச்சியைக்கூட நான் பொருட்படுத்தவில்லை.

அவர் ரிஷி மாதிரித்தான் இருந்தார். மஞ்சளா, சில்க்கா என்று சொல்லமுடியாதபடி ஜிப்பா. அதில், கறுப்புக் கயிற்றில் சரடிட்ட தங்கப் பித்தான்கள். நெற்றியில் புனுகு. முன் மண்டையில் அடிபட்டு, நெற்றியில் ரத்தம் வழிந்தாற்போல் குங்குமம். வெளிர் அடர்த்தியான புருவங்கள். அவற்றின் நிழலில் இருந்த மெல்லிய ஊடுருவும் பார்வை. மஞ்சளில் 'ராமா ராமா' என்று வடமொழியில் எழுதியிருந்த மேல் துண்டு. கையில் மோதிரம்; இரும்பு மோதிரம். மணிக்கட்டை இறுக்கும் கறுப்புக் கயிறு. சத்தியமாக, நான் அவருடன் ராத்திரியில் தனியாகப் போகமாட்டேன்.

'தம்பிக்கு எங்கே போக வேண்டும்?' என்றார். குரலா அது? டி.எம்.எஸ்.ஸுக்கு ஜலதோஷம் பிடித்தாற்போல்.

'மதராஸ்?' என்றேன்.

'மதராஸில் எங்கே தம்பி?'

'வில்லிவாக்கம்'.

'வில்லிவாக்கத்தில் எங்கே?'

'கார்ப்பரேஷன் ஸ்கூலுக்குப் பக்கத்தில், பால் டிப்போவுக்கு எதிரே, மூன்றாவது மாடி வீடு, இடது பக்கம்' என்றேன், வெறுப்புடன்.

வரிசையாகச் சொன்னதிலேயே என் வெறுப்பைக் காட்டிவிட்டு வெளியே பார்த்தேன்.

தந்திக் கம்பம் - தந்திக் கம்பம் - தந்திக் கம்பம்...

மெல்லிய மாலை. தூரத்தில், சூரியனின் ஆம்பர் முயற்சி தகடு போல்,

'ம்' என்றேன்.

'தம்பி! என்னைக் கண்டால் உனக்குப் பிடிக்கவில்லை இல்லையா?' என்றார்.

'அப்படியெல்லாம் ஒன்றுமில்லை. நீங்கள் யார், நான் யார்?' என்றேன், சினிமா பத்திரிகையைப் பார்த்துக்கொண்டே.

'இல்லை தம்பி, உன் முகம் சொல்கிறது; உன் முகம், மேலே எத்தனையோ விஷயங்களைச் சொல்கிறது!'

அவற்றை நான் அறிந்துகொள்ள ஆவலாயில்லை. மேலும், அந்தப் பயம் என்னுள் உருவாகிக்கொண்டிருந்தது. ஆரம்பித்த சம்பாஷணையில் ஏதோ ஒரு தப்பு இருக்கிறது அல்லது சூழ் நிலையில் அல்லது எதிலோ? சூரியனை அந்தத் தொடுவானம் சாப்பிடுவதுபோல் மிக மெதுவாக நான் ஆழ்ந்துகொண்டிருக் கிறேன்.

'பா...ங்' என்றது எங்கள் இன்ஜின், உச்ச வோல்ட் ஏ.ஸி. பெருமிதத்துடன்.

'தம்பி, நீ ஒரு பெண்ணை மனத்தில் நினைத்திருக்கிறாய்!' என்றார்.

நான் சும்மா இருந்தேன்.

'அந்தப் பெண்ணுக்கு உன்மேல் ஆசை இல்லை!'

நான் சும்மா இருந்தேன்.

'உண்டா இல்லையா, தம்பி?'

'பெரியவரே! நான் யாரை மனத்தில் நினைத்தால் என்ன, யாரை நினைக்காவிட்டால் என்ன? நீங்கள் அதைப் பற்றிக் கவலைப்பட வேண்டாம். மேலும், ஜன்னலோரத்தில் உட்கார்ந்துகொண்டு சினிமா பத்திரிகை படிக்கும் எந்த இளைஞனும் ஒரு பெண்ணை மனத்தில் நினைத்திருப்பான். இதில் ஜோசியம் என்ன? என்னைப் பற்றிக் கவலைப்படாதீர்கள்!'

'அந்தப் பெண்ணின் பெயர் ராகினி!' என்றார்.

'கையில் பச்சை குத்தி இருக்கிறது!' என்றேன்.

'நான் அதைப் பார்க்கவில்லை, தம்பி! என்னைப் பற்றி உனக்குத் தெரியாது. இப்பொழுது இந்த செகண்டில், இந்த இடத்தில் அந்தப் பெண்ணை உனக்கு எதிரே கொண்டுவந்து நிறுத்துகிற சக்தி எனக்கு இருக்கிறது தம்பி!' என்றார்.

'வேண்டாம்' என்றேன். அந்தக் குறைந்த பரப்பில், ஒரு பெண் காற்றுடன் போராட எனக்கு உத்தேசமில்லை. எனக்கு வர வர அந்தப் பயம் அதிகமாயிற்று. பெரியவரிடம் நான் எக்கச்சக்கமாக மாட்டிக்கொள்ளப்போகிறேன் என்று. எப்படி மாட்டிக்கொள்ளப் போகிறேன் என்று தெரியாதவரை, அதில் ஒரு கவர்ச்சியும் இருந்தது! பெரியவர் பக்கத்திலிருந்த பிரம்புப் பெட்டியை எடுத்தார்.

'தம்பி, இந்தப் பெட்டிக்குள் என்ன இருக்கிறதென்று தெரியுமா?'

'தெரியாது. தெரிந்து கொள்ள விருப்பமும் இல்லை'.

'நாகம்!' என்றார்.

'அப்பாடி - என்னது?'

'நாகம்! கருநாகம். தளதவென்று மின்னுகிற கறுப்பு. எனக்கு அடிமைப்பட்ட நாகம். நான் சொல்வதைக் கேட்கும் நாகம். மகுடி வேண்டாம்; பால் வேண்டாம். என் கண்ணால் நேராகப்

பார்த்தால், ஆடாமல் அசையாமல் அரை மணி நேரம் நிற்கும். ஒரு எலி, தவளை தின்னாது. சைவம் பார்க்கிறாயா?' என்றார்.

'வேண்டவே வேண்டாம்; நான் நிறைய நாகம் பார்த்திருக் கிறேன்'.

'பயப்படாதே, தம்பி! நான் ரொம்ப சக்தி வாய்ந்தவன். இது ஒன்றும் பண்ணாது'.

கிட்டக்கிட்டக் கொண்டுவந்து, நான் விலக விலக, என்னை மூலையில் மடக்கிச் 'சரேல்' என்று பெட்டியைத் திறந்தார்.

பெட்டிக்குள் அதைப் பார்த்தேன். அதிகப் பளபளப்பில், இயல் பான க்யூ வரிசையை மேலேயிருந்து பார்ப்பது போல் ஊறிக் கொண்டு ஒரு பாம்பு...

இல்லை, இல்லை; பெட்டி காலி!

'பார்த்தாயா, தம்பி! பெட்டி காலி. நீ பார்த்தது உன் மனசில் நான் ஏற்றின பிம்பம். தம்பி, என்னை அலட்சியம் பண்ணாதே! புத்தகத்தைக் கீழே வை; நான் நினைத்தால் உன் புத்தகத்தை தானாகப் பறந்துபோகும்படி பண்ணுவேன். உன் நல்ல காலம். நாம் இப்பொழுது தனியாகச் சந்திக்கிறோம். உனக்கு நல்லது செய்யத்தான் நான் வந்திருக்கிறேன். பீதாம்பர வித்தை தெரியுமா, உனக்கு?'

என்னைப் பதில் சொல்ல விடவில்லை அவர்; பதில் சொல்ல முடியாத பிரமிப்பு என்னிடம் இன்னும் மிச்சம் இருந்தது.

'தெரியாது. சொல்கிறேன். அதை, அந்த வித்தையை எனக்குச் சொல்லிக்கொடுத்தவர் ஒரு மகான். அவர் பல்லக்கில் போவார். பல்லக்கைப் பின்னாலே மட்டும் இரண்டு பேர் தாங்கிக்கொண்டு போவர்கள். முன்பக்கம் காலியாக இருக்கும். அப்படிப்பட்ட மகான். அவருடைய பிரதம சிஷ்யன் நான். மாந்திரீகத்தில் கரை கண்டவன். இப்பொழுது நீயே இருக்கிறாய். உனக்கு காரியசித்தி ஆவதற்கு ஒரு வழி சொல்கிறேன் கேள். நீ நினைக்கிற பெண் யார், சொல்லு!'

பேசாமல் இருந்தேன்.

'சொல்லு!'

சொல்லவேண்டி இருந்தது.

'பெரியவரே, இது ஏதோ சின்ன சமாசாரம். அவள் கோடி வீட்டில் இருந்தாள். ஆபீஸ் போகும்போது மெதுவாக நடந்துபோவாள்; அழகாக இருப்பாள். ஒரு தடவை பேசியிருக்கிறேன். பல தடவை நினைத்திருக்கிறேன். பைத்தியக்காரத்தனமாகப் பச்சை குத்திக்கொண்டேன். வயசுக்கோளாறு. கலியாணம் ஆகாததிலே ஏற்படுகிற சாதாரணமான சலனம். பெரிசாக ஒன்றுமில்லை'.

'தம்பி, உனக்கு மனசு ரொம்ப வீக்! பாம்பு அல்லாத இடத்தில் பாம்பைப் பார்க்கிற மனசு. மனசிலே பலம் ஏற்ற வேண்டும். பலம் ஏற்றினால் இந்த உலகத்தையே ஆளலாம்'.

'நீங்கள் அரசாள வைக்கும் உலகத்தில் எனக்கு விருப்பமில்லை' என்றேன்.

'குறுக்கே பேசாதே... தம்பி! நான் ஒரு வழி சொல்கிறேன். கேள். மிளகரணைச் செடிக்கு, சுக்கிரவாரம் மஞ்சள் ஜலம் தெளித்து, அந்த இடத்தைச் சுத்தம் செய்து, பொங்கல் இட்டு, மஞ்சள் நூல் காப்புக் கட்டி, பொங்கல் இட்டதை நைவேத்தியம் செய்து, அந்தச் செடியின் வடக்குப் பக்கம் போகிற வேரை ஒன்றரை அங்குல நீளம் துண்டித்து, அதை மஞ்சள் ஜலத்தில் அலம்பி, மஞ்சள் நூலில் கட்டி குங்குமம் இட்டு, 'ஓம் வாலை பரமேஸ்வரி! நான் நினைத்த ராகினி என் வசமாக சுவாஹா'' என்று 108 தரம் சொல்லி, தூபதீபம் காட்டி, ஒரு வெள்ளித் தாயத்தில் அடக்கம் செய்து வலது கையில் கட்டிக்கொள். இந்த மாதிரி, தினம் 108 தடவை ஐந்து நாள்கள் ஜெபித்தால், அந்தப் பெண் ஐந்தாம் நாள் ராத்திரி உன்னைத் தேடி வருவாள்' என்றார்

நான் சிரித்தேன்! 'நெர்வஸாக'ச் சிரித்தேன்.

'சிரிக்கக் கூடாது; சிரித்தால் நல்லதல்ல?' என்றார்.

'பெரியவரே! எனக்கு இதில் எல்லாம் நம்பிக்கை இல்லை!' என்றேன்.

'தம்பி, என்னை ஏதோ பிதற்றும் கிழவன் என்று இன்னும் எண்ணிக்கொண்டிருக்கிறாய். அதர்வ வேதசாரம் நான். ஜெர்மன் புத்தகங்கள் படித்திருக்கிறேன். என்னைத் தெரியாது உனக்கு.

கூடுவிட்டு கூடு பாயும் வித்தை தெரியுமா. விக்கிரமாதித்தன் கதைகளில் வருகிறதே'.

'ஏன்! அந்த வித்தையும் செய்வீர்களா?'

'செய்வேன்' என்றார்.

நான் மறுபடி சிரித்தேன். 'பெரியவரே, நம் தேசம் இந்த மாதிரி சீர்கேடாக இருப்பதற்கு உங்கள் மாதிரி ஆள்கள்தான் காரணம். பாம்பு, தேள், மகமாயி, கருமாரி என்று சூறையாடும் தெய்வங்களைக் கொண்டு, வந்தவர்களை எல்லாம் பயம் காட்டிச் சுரண்டி, எத்தனை காலம் வாழ்ந்திருக்கிறீர்கள்! பாரதி சொன்னதுபோல், இந்த மரத்தில், அந்தக் குளத்தில் என்று அச்சப்படுத்தி, படிப்பில்லா ஜனங்களின் பேதமையைப் பயன்படுத்திக்கொள்ளும் குற்றவாளிகள் நீங்கள். பெரியவரே, இது சயின்ஸ் யுகம். ஜனங்கள் படிக்க ஆரம்பித்துவிட்டார்கள். ஏமாறுவதற்கு அதிக ஆள்கள் இனிமேல் அகப்பட மாட்டார்கள்!' என்றேன்.

பெரியவர், மௌனமாக என்னைப் பார்த்தார். அவரை எதிர்த்து என்னால் பார்க்க முடியவில்லை.

'என்ன சொன்னே, தம்பி?'

'நம்புவதற்கு வேறு ஆள்களைப் பாருங்கள்' என்றேன்.

'நம்பமாட்டே நீ?'

'ம்ஹூம்!'

'கூடுவிட்டுக் கூடு பாய்வது முடியாது என்கிறாய்?'

'முடியாது!'

'பார்'.

'பார்க்கத் தயாராயில்லை'.

'நான் சொல்வதைக் கேள்'.

'கேட்க இஷ்டமில்லை'.

'டேய்!'

அந்த வார்த்தை என் மண்டையில் அடிபட்டு வலித்தது. அது என் பேச்சை நிறுத்திவிட்டது.

'நீ என்னை நம்பமாட்டாய்? சொல்வதைக் கேள். கேட்பது உன் விதி. உன் விதி, இந்த ரயிலில் நாம் இருவரும் தனியே எதிர்த்து எதிர்த்து இருப்பது. உன் விதி, இனி நடக்கப்போவது, இந்த ரயில் எப்படிப் போகிறது? எங்கே போகிறது? ஏன் போகிறது? எந்த ரயில், இந்த ரயில்? எந்தத் திசை, இந்தத் திசை? எந்த ஓசை, இந்த ஓசை... தந்த தந்தன, தந்த தந்தன...'

எப்பொழுது, என்ன கேட்டேன் நான்? அவர் சத்தம் நிறைந்த வார்த்தைகளையா? ரயில் வண்டியில் தடத் தடத் தடதட தடவையா? என் இதயத்தின் 'திடும் திடும்'களையா?...

அவர் பேசிய வாக்கியங்கள் எனக்குப் புரியவில்லை. ஆனால், அதன் ரீங்காரம், அதன் கீழ் ஸ்தாயி என்று என் ரத்தத்துடன் கலந்ததுபோல் தெரிந்தது. அதே சமயம், 'மனிதன் சாதாரண ஹிப்னாடிஸ முறையை உபயோகிக்கிறான். மனசில் திடமிருந்தால் எதிர்காலம். பயப்படாதே, பயப்படாதே!' என்று எனக்குள் சொல்லிக்கொண்டு, கைகளை இறுக்கிக்கொண்டு, அவர் வார்த்தைகளின் சந்த பந்தத்திலிருந்து விடுபட முயற்சி செய்தேன்.

முடியவில்லை. என் உடம்பை அசைக்க முடியவில்லை. அசைக்கும் விருப்பம்தான் மிச்சம் இருந்தது. என்னை முழுவதும் அந்த வார்த்தைகள் கட்டுப்படுத்தின. மெல்ல மெல்ல உடம்பில் எட்டுக்கால் பூச்சி ஊறுகிறார்போல் அந்த வார்த்தைகள் விளையாடின. நேராக நேராக, அவரையே ஓர் அசட்டு அடக்கத்துடன் பார்த்துக்கொண்டிருக்க...

'திலதயிலத் திட்டொக்க வெரிக்கத்
திரிபலை சுக்குத் திப்பிலியிட்டு'.

அவர் உதடுகள்! அவர் உதடுகள்! திடீரென அவை பெரிதாகிப் பெரிதாகி, இருபது சதுர மைல் உதடுகளாகி, 'ஸர்ரிய ஸிஸம்'போல் அவற்றின் ஒவ்வொரு மடிப்பும் வெடிப்பும் பிரம்மாண்டமான பாளங்களாகத் தெரிய, வெற்றிலைக் கறைகள் ரத்தத் திட்டுகளாக... தனியாக நான் அந்தப் பிரதேசத்தில், அவர் தொடுத்த வார்த்தைகளின் துடிப்பில் அலைந்து தவிப்பதுபோல் தெரிந்தது.

‘திருவடியைப் பற்றித்

தொழுதுற்று

ஜெனன மறுக்கைக்குப்

பரமுக்திக் கருள் தாராய்

ஜெனன மறுக்கை

ஜெனன மறுக்கை...’

அப்புறம் நான் நிச்சயம் நினைவிழந்தேன். எப்பொழுது என்று தெரியவில்லை. நினைவிழந்தேன். நினைவிழந்தேன். ஏன் என்பது தெரியாத...

எனக்குப் பேசும் சக்தி, நினைக்கும் சக்தி வந்தபோது விநோதமாக உணர்ந்தேன். ரயில் எழும்பூரை அடைந்துகொண்டிருந்தது. ஆனால், அது பின்பக்கம் போவதுபோல் இருந்தது. அது ஏன் என்று புரியவில்லை. என் பெயர் எனக்கு ஞாபகமில்லை. எல்லாம் தூரத்தில் நிகழ்வதுபோல் இருந்தது. ரயில் நின்றது. அவர் குரல் கேட்டது.

‘இப்பொழுதாவது என் சக்தியில் நம்பிக்கை இருக்கிறதா. தம்பி? நான் போய் வருகிறேன்?’

நம்பிக்கை இருக்கிறது என்று சொல்லத் தேவை இல்லாமல் இருந்தது. ஏன்?

நான் எழுந்துசென்று, அந்தக் கூட்டத்தில் மறைவதை நானே பார்த்தேன்.

வீணா – 1968

வீணா பிறந்தது 1946-ல்.

1956-லிருந்து 1960 வரை, அவள் பெற்றோர் டில்லியில் இருந்தபோது சாப்பிட்ட கோதுமையினாலும், அவள் அம்மாவிடமிருந்து பெற்ற நேர்த்தியான மூக்கினாலும், மிக ஒழுங்கான அதரங்களாலும், உயரத்தினாலும் எல்லா அளவுகளும் ஓர் அரை இன்ச் குறைந்து, சட்டையை மீறும் உடம்பு வளப்பினாலும், அவள் எதிரே செல்பவரைப் பிரமிக்கவைக்கும் அழகு பெற்றிருந்தாள். எப்படிப்பட்ட பிரமிப்பு? பெட்ரூமில் புலியைப் பார்க்கும் பிரமிப்பு. ஆதாரமான சில உணர்ச்சிகளை வயிற்றில் ஏற்படுத்தும் பிரமிப்பு. இவளை அடையப்போகிறவன், அடைந்தவன் மேல் அதிகமான பொறாமையை ஏற்படுத்தும் பிரமிப்பு.

காரேமூரே என்று பூப்போட்ட புடவை அணிந்தால்கூட அவளுக்கு நேர்த்தியாக இருக்கும். உடை அணிவதற்கென்றே, அணிந்து அழகாக இருப்பதற்கென்றே, அழகாக நடப்பதற்கென்றே, நடந்து சாலை முழுவதும் பெருமூச்சுகளை ஏற்படுத்துவதற்கென்றே ஏற்பட்ட வீணா, மாலை தன் ஆபீசிலிருந்து திரும்பியதும், கையிலிருந்து புத்தகத்தையும் பையையும் தூக்கி யெறிந்து விட்டு, 'அம்மா, அம்மா, அப்பா எங்கே?' என்றாள்.

'இதோ, எதிரிலேயே இருக்கிறேன்' என்றார் மதுசூதனன்.

'ஸாரிப்பா... நான் கவனிக்கவில்லை. ஸோ டயர்ட். இந்தக் கடுதாசியைப் படியுங்கள் அப்பா'.

'என்ன கடுதாசி?'

'காதல் கடுதாசி'.

'என்ன?'

'ஆமாம். ஆபீஸ் விலாசத்துக்கு வந்தது. படியுங்கள். உரக்கப் படியுங்கள்'.

'யார் எழுதியது?'

'சொல்கிறேன். படியுங்கள். சிரிப்பாய் இருக்கும்...!'

'என் அருமைக் காதலிக்கு, அன்று நான் உங்களுடன் பேசியதிலிருந்து என் மனம் என் வசம் இல்லை. என் மனம் பரிபோய் விட்டது...'

'பரி! சின்ன ரி!' என்றாள் வீணா - அப்பாவின் தோள் அருகே யிருந்து'.

'ம்...! மேலே...!'

'ம்.. பரி போய்விட்டது! எனக்கு உணவு இல்லை. உறக்கம் இல்லை. எப்பொழுது உங்களுடன் மறுபடி அளவளாவச் சந்தர்ப்பம் கிட்டும். அப்பொழுதுக்காகவே உயிர் வாழும் சுந்தர்...'

'ரொம்ப மோசமான லெட்டர்'.

'யார் இந்தச் சுந்தர்?'

'எல்லாம் பக்கத்து வீட்டு சுந்தரராஜன்ப்பா. மேரியைத் தொடரும் ஆட்டுக்குட்டியைப்போல் என்னைத் தொடர்கிறான். கம்பளிப்பூச்சி மாதிரி ஒட்டிக்கொள்கிறான். நான் பஸ்ஸில் போனால், அதே பஸ்ஸில் ஆபீஸ் வரை கொண்டுவந்து விட்டுவிட்டு அப்புறம் அவன் ஆபீஸ் போகிறான். சாயங்காலம் இந்த கதி. அவனுடன் ஒரு வார்த்தை இதுவரை பேசியிருக்கிறதா ஞாபகம். 'மணி என்ன?' என்று ஒருநாள் கேட்டேன். அவஸ்தைப்பா'.

'இது யார், சுந்தர்?' பக்கத்து வீட்டில் எவ்வளவோ பேர் இருக்கிறார்கள். கண்ணாடி போட்டுக்கொண்டு உயரமாக ஓடக்கோல் மாதிரி இருப்பானே, அந்தப் பையனா?'

'இல்லை - கண்ணாடி போடாத ஓடக்கோல்?'

அம்மா இதுவரை மௌனமாக இருந்தவள், 'அக்கிரமம், காலிப்பசங்க ஆறு பேர் இருக்கிறாங்க, அந்த வீட்டில். ராத்திரி பூராவும் மூணு சீட்டு ஆடிக்கொண்டு...'

அப்பா, 'பப்பு' என்று கூப்பிட்டார். பப்பு என்கிற பத்மன், வீணாவின் தம்பி வந்தான்.

'பக்கத்து வீட்டில் போய் சுந்தர் என்கிற ஒரு பையன் இருக் கிறான். அவனைக் கூட்டிக் கொண்டு வா'.

'தெரியும் அப்பா எனக்கு. நிறைய கோகோ கோலா வாங்கிக் கொடுத்திருக்கிறான். ஒரு தடவை சினிமாவுக்குக்கூட அழைத்துப்போயிருக்கிறான்' என்று சொல்லிச் சென்றான் பப்பு.

'சீ!' என்றாள் அம்மா. அப்பா, வீணாவைப் பார்த்தார். அவள் சிரித்துக்கொண்டாள். என் பெண் எத்தனை அழகாக இருக்கிறாள் என்று கவலைப்பட்டார் மதுசூதனன்.

'அப்பா, உங்களிடம் வந்து இந்த மாதிரி கம்ப்ளெய்ண்ட் செய்வது எனக்கு வெட்கமாகத்தான் இருக்கிறது. நான் ஒன்றும் பயந்த பெண்ணில்லை. ஆனால், இவன் செய்வது அருவருப்பாக இருக்கிறது. எனக்குக் கட்டோடு பிடிக்கவில்லை'.

'இந்த வீட்டைக் காலி செய்துகொண்டு போய்விடலாம்' என்றாள் அம்மா.

'எதற்காக காலி பண்ண வேண்டும்? இரு இரு அவன் வரட்டும்'.

'அப்பா, அநாவசியமாக ரகளை பண்ணாதீர்கள். அவனைக் கூப்பிட்டு இந்த மாதிரி செய்வது நன்றாக இல்லை. இனிமேல் செய்யாதே என்று சொல்லுங்கள்'.

'ம்... அவன் வரட்டும்...' - மதுசூதனன், தான் சொல்லப் போவதை, செய்யப்போவதை யோசித்துக்கொண்டிருந்தார்.

'பெரிய நியூஸென்ஸாகப் போய்விட்டான். எங்கே போனாலும் ஸ்பைபிக்சர் மாதிரி பின்னாலேயே மௌனமாகத் தொடர்கிறான். ஒரு சிரிப்பு வைத்துக்கொண்டிருக்கிறான். நம்ம மாட்டீர்கள் அப்பா, நேற்று சிநேகிதிகளுடன் படகில் தண்ணீர் போகிறாப் போல கனா. தண்ணீருக்குள் இருந்து தலை எடுத்துச் சிலிர்த்துக் கொண்டு சிரிக்கிறான். யார்? சுந்தர்!' என்றாள் வீணா.

சுந்தர், வாசலில் செருப்பை உதறிவிட்டுத் தயங்கி உள்ளே வந்தான்.

வீணா சில பத்திரிகைகளைச் சேகரித்துக்கொண்டு, நிதானமாக மாடிக்குச் சென்றாள்.

சுந்தர் ஒரு சாதாரணன். அவன் உலகம், நீங்கள் கேட்டவை, தீபாவளி மலர், எம்.ஜி.ஆர்., சிவாஜி படங்களின் உலகம், செய்தித்தாள்களை நம்பும் உலகம். 1-66 க்யூவில் கால் கடுக்க நிற்கும் உலகம். உங்களுக்குச் சோர்வாக இருக்கிறதா என்று விளம்பரத்தில் கேட்டால், சோர்வாக உணரும் ஹிப்னோபீடியா சுபாவம். அவன் வாழ்க்கையில் நிகழ்ந்த மகத்தான சலனம், வீணாவுடன் ஒரு தடவை பேசியது. மகத்தான தீரச் செயல், அந்தக் கடிதத்தை எழுதியது. சுந்தர் சுற்றுமுற்றும் பார்த்தான். மதுசூதனன் நிற்கிறார். அம்மா கையில் கரண்டியை வைத்துக் கொண்டு நிற்கிறாள். பப்பு நகத்தைக் கடித்துக்கொண்டு நிற் கிறான். அசிங்கமான மௌனம். அவன் கை விரல்கள் மெதுவாக நடுங்க ஆரம்பித்தன. 'குட் ஈவி(னிங் ஸார்)' என்றான். 'னிங் ஸார்' என்பதை விழுங்கிவிட்டான்.

'நீதான் சுந்தரா?'

'ஆமாம் ஸார்'.

'உனக்கு மூளை இருக்கிறதா?'

'எனக்கு...'

'மூளை இருக்கா?'

சுந்தர் பின்னால் திரும்பினான்.

'ஏய் யாரையாவது வக்காலத்துக்குக் கூட்டி வந்திருக்கிறாயா?'

மதுசூதனன் மேலும் கேட்டார். 'இந்த லெட்டர் நீதானே எழுதியது?'

'லெட்... எந்த... த... லெ...' என்று ஒற்றை எழுத்துகளுக்கு நழுவினான்.

'பார். பார்த்துச் சொல். உன் கையெழுத்துத்தானே? பார்... பார்' என்று அவன் முகத்தின் முன் அந்தக் கடிதத்தை ஆட்டினார்.

'நீ தானே?'

'...'

'நீ தானே?'

'புள்ளி புள்ளி புள்ளி...' பதில்தான் வரவில்லை.

'உங்க மாமாகிட்டே சொல்லட்டுமா!'

'வேண்டாம் ஸார்' என்றான் உடனே ஸ்பஷ்டமாக.

'பின் ஏன் எழுதினாய்?'

'முழிக்கிறதைப் பார் குறவன் மாதிரி. ஏண்டா காலிப்பசங்களா... உங்களுக்கு வேறே வேலை...' என்று ஆரம்பித்த அம்மாவை அவர் தடுத்து நிறுத்தினார். 'நீ சும்மா இரு. டேய், நீ பால் பிரதர்ஸிலேதானே உத்தியோகம் பார்க்கிறாய்?'

'ஆமாம் ஸார்'.

'எனக்கு பால் பிரதர்ஸில் ரெண்டு பேரைத் தெரியும். இப்ப ஒரு போன் கால் போட்டால், நாளைக்குக் காலை உன் சீட்டைக் கிழித்துவிடுவார்கள். தெரியுமா?'

ஃபாக்டரி ஆக்டின்படி அது சாத்தியமில்லை என்று சொல்ல வேண்டும்போல் இருந்தது சுந்தருக்கு. சொல்லவில்லை.

மதுசூதனன் மேலும் விரட்டினார். 'உங்க வீட்டுக்காரங்கிட்ட சொன்னால், நாளைக்கு பெட்டி படுக்கையைத் தெருவில் தூக்கி எறிந்துவிடுவான். தெரியுமா?'

இதற்கும் அவன் சொல்ல நினைத்த பதிலைச் சொல்லவில்லை. நாம் முன் சொன்னபடி, சுந்தர் சாது. கால் கட்டை விரலால் வட்டங்கள் வரைந்துகொண்டு, 'ஸாரி ஸார்' என்றான்.

'என்ன ஸாரி. எப்பொழுதாவது யோசித்துப் பார்த்திருக்கிறாயா இந்த மாதிரி கடிதம் எழுதுவது தப்பு. அந்தப் பெண்ணுக்கு இதெல்லாம் விருப்பமில்லாமல் இருக்கலாம். இந்த மாதிரி எழுதுவது எவ்வளவு ஸில்லி... முட்டாள்தனம், பேதமை, அறியாமை என்று? பையா, நீ என்ன படித்திருக்கிறாய்?'

'பி.ஏ.'

‘கோல்ட் ஸ்மித் படித்திருக்கிறாயா?’

‘...’

‘படித்திருக்க மாட்டாய். போய் உட்கார்ந்து ஸிடிஸன் ஆஃப் தி வோர்ல்ட் படி. புத்தி வரும். சரியான லூஸாக இருக்கிறாய். சில மரைகள் டைட் ஆகும். ஞானம் ஏற்படும். புத்தி வரும். நான் ஒரு புஸ்தகம் தரட்டுமா?’

‘...’

‘பேசுகிறானா பாரு!’ - அம்மா.

‘நீ இரு!’ அப்பா

‘பையா, டேய், உனக்கு இது முதல் வார்னிங், எச்சரிக்கை. மறுபடி, இந்த மாதிரி காதல் கடுதாசி எழுதினால், உன் வீட்டுக்கு உள்ளே வந்து உன் மாமாவிடம் சொல்லி, அவரிடம் அனுமதி வாங்கி உன்னைச் செருப்பால் அடிப்பேன் தெரியுமா? ஜாக்கிரதை! உனக்கு மதுசூதனைத் தெரியாது.’ மதுசூதனன் அப்புறம் அங்கதத்தில் புகுந்தார். ‘உனக்கு கடுதாசி அனுப்ப வேண்டும் என்று ஆவலாயிருந்தால் வெறும் காகிதம் அனுப்பு. ஷேவிங்குக்கு உபயோகமாக இருக்கும். அதிலே ஒன்றும் எழுதக் கூடாது. தெரியுமா?’ எழுதினால் ஷேவிங்குக்குக்கூட லாயக்கில் லாமல் போய்விடும். என் வீட்டில் சின்னக் குழந்தைகளும் இல்லை’ சுந்தருக்கு இது புரியவில்லை. ‘ஸாரி சார்’.

‘யங் மேன்! உனக்கு லட்சியம் இல்லை. லட்சியம் இல்லாத மனது சஞ்சலப்படும். ஏதாவது ‘ஹாபி’ வைத்துக்கொள். பெண் களைத் துரத்துவதைத் தவிர, ஏதாவது விறகு வெட்டு, காலி சிகரெட் பெட்டி சேர், ஸ்டாம்பு சேர், எங்களை விட்டுவிடு. என்ன? சொல்கிறது புரிகிறதா? விட்டுவிடு. எழுதக் கூடாது. எழுதினால்...?’

‘எழுதினால்?’ என்று மறுபடி கேட்டுத் தொடர்ந்தார்.

‘வேலை போய்விடும். வீட்டை விட்டுத் துரத்தும்படியா ஆகிவிடும். அநாவசியமாக எங்களுடன் குறுக்கிட்டு உன் வாழ்க்கையை நாசம் பண்ணிக்கொள்ளாதே. போ!’

‘வரேன் ஸார்’

‘வராதே, போ!’

சுந்தர், செருப்பை மாற்றிப் போட்டுக்கொண்டு ஆவேசமாக வெளியேறினான். அந்த ஆவேசத்தில் அவன் என்ன செய்யப் போகிறான் என்பது நமக்குத் தெரியாது.

‘பெண் என்னும் மாயப் பிசாசு’ என்று கவிதை எழுதச் சென்றிருக் கலாம். ரயிலில் விழுந்து தற்கொலை செய்யப் புறப்பட்டிருக் கலாம் அல்லது ஒரு தமிழ்ப்படத்துக்குப் புறப்பட்டிருக்கலாம். நம் கவனம் இங்கேதான். மதுசூதனன் வீட்டில்தான் உள்ளது.

அப்பாவுக்கு ஒரு பாட்டம் திட்டினதில், மனத்தில் நிறைவு இருந்தது. அம்மா, ‘இவனைச் சும்மா விடப்போவதில்லை. நான் போய் அந்த அம்மாவிடம் கேட்கப்போகிறேன். எனக்கு ஆத்து ஆத்துப் போகிறது. என்ன ரௌடிப் பசங்கள். காலிப் பசங்கள். வயசு வந்த பெண்ணை நெருப்பைப்போல் வீட்டில் வைத்துக் காவல் காக்க வேண்டியிருக்கிறது. படுகாலி...’ என்று அந்த வயசும், அந்தக் குடும்பநிலையும் அனுமதிக்காத மற்றொரு சொல்லையும் பிரயோகித்தாள்.

‘இவனைப் பார்த்தால் ரௌடியாகத் தோன்றவில்லை. இது ஒரு இடியட்! அவ்வளவுதான்! வயசுக் கோளாறு. படிப்பு போதாது. புத்தகங்கள், சினிமா! இவன் வயதில் நான் சியாமளா தண்டகம் சொல்லிக்கொண்டிருந்தேன். இவன் காதல் கதை படிக்கிறான். அதான் வித்தியாசம். பாடம் சொல்லிக்கொடுத்த வாத்தியார்கள் காரணம். புத்தகங்கள் காரணம். இந்த சோஷலிஸ்ட், சர்க்கார் காரணம், இடியட் இடியட்...’

‘எனக்கு என்னவோ வீணாவைப் பற்றிக் கவலையாக இருக் கிறது. தனியாக அனுப்புகிறோமே! இவள் உத்தியோகம் பண்ணி யாருக்குச் சோறு போட வேண்டும். வீட்டிலேயே இருக் கட்டுமே’ என்றாள் அம்மா.

மதுசூதனன் ஸ்பஷ்டமாகச் சொன்னார். ‘வீணாவைப் பற்றிக் கவலைப்படாதே. அவள் அப்பாவின் பெண். தைரியசாலி. சென்ஸிபிள் கேர்ள். அவளுக்குத் தன்னைக் காப்பாற்றிக்கொள்ளத் தெரியும். ஸீரியஸான பெண். இந்தக் காதல் கீதல் என்கிற புத்தக உணர்ச்சிகள் எல்லாவற்றுக்கும் அப்பாற்பட்டவள். இதெல்லாம் மேம்போக்கானது என்று அறிந்துகொள்கிற பக்குவம் அவளுக்கு இருக்கிறது பார். அதுதான் முக்கியம். நான் வளர்த்த ரீதி. வேறு ஏதாவது பெண்ணாயிருந்தால், இந்த மாதிரி தத்துபித்து என்று கடுதாசி வந்தால் பதில் கடுதாசி எழுதியிருக்கும். விபரீதத்தை

வளர்க்கும். வீணா... வீணா அப்படி இல்லே. சென்ஸிபிள் கேர்ள். வீ...ணா...' என்று கூப்பிட்டார், மாடிப்பக்கம் பார்த்து.

வீணா மாடியிலிருந்து, 'என்ன அப்பா?' என்றாள்.

'அந்தப் பையன் வந்துவிட்டுப் போனான்'.

'கேட்டுக்கொண்டிருந்தேன் அப்பா. யூ வேர் க்ரேட்! இனி அவன் என்கிட்டே ஒரு பர்லாங்கூட வரமாட்டான்!'

அப்பா சிரித்துக்கொண்டார்! 'ஹி ஹாஸ் எ வெல் மீனிங் இடியட்!'

'ஆமாம்ப்பா'.

'என்ன பண்ணிக்கொண்டிருக்கிறாய் வீணா?'

'படித்துக்கொண்டிருக்கிறேன்'.

'என்ன?'

'ஷேக்ஸ்பியர்!'

அப்பா, அம்மாவைப் பெருமையுடன் பார்த்துக்கொண்டார்.

வீணா மாடியில், ஷேக்ஸ்பியர் புத்தகத்துக்குள் இருந்த கடிதத்தை எடுத்தாள். அதை மறுபடி (நான்காவது தடவை) படித்தாள்.

'வீ...

என் ஆயிரம் தடவை அன்பே! சனிக்கிழமை ஸஃபையர் 6.30-க்கு கட்டாயம், என்ன? மிக அவசரக் காதலும் சேர்ந்து.

- சுந்தர்'

வீணா அந்தக் கடிதத்தை எட்டாக மடித்துத் தன் மார்பின் அந்தரங் கத்தில் செருகிக்கொண்டாள். இந்தக் கடிதத்தைப் பற்றி அப்பா விடம் சொல்லவில்லை. ஏனெனில், இது வேறு சுந்தர்.

ராணி

காலேஜில் பி.யூ.சி. படிக்கிறேன். என் பேர் ஸ்ரீராம். டமில் மீடியம்தான் கிடைத்தது. இங்கிலீஷ் மீடியத்திலே இடம் இல்லைன்னு சொல்லிட்டான். இவங்களை எல்லாம் ஒழித்துக் கட்டணும் ஸார். சமூகத்தைப் பாழ் பண்றாங்க. தமிழ்லே பௌதீகம் எல்லாம் படிக்கிறது எவ்வளவு பேஜாரா இருக்கிறது தெரியுமா? எஸ்.எஸ்.எல்.ஸி.யிலே ஐம்பது மார்க் குறைவு. அதனாலே... பேஜார். ஒரு சீட்டுக்கு நாயா அலைஞ்சேன் ஸார். இவங்களை எல்லாம் ஒழிச்சுக்கட்டணும் ஸார். ஜெயராமன்னு ஒரு பார்ட்டி, அடுத்த வருஷம் சேஞ்ச் பண்ணிக் கலாம் என்று சொன்னார். பார்க்கலாம்.

எனக்கு ஸ்ரீதர், பாலசந்தர் படம்னா பிடிக்கும். அப்புறம், நடிகர் திலகத்துக்கு ஈடா வோர்ல்ட் லேயே ஆக்டர் கிடையாதுன்னு என்னுடைய அபிப்பிராயம். அதை அவருக்கே லெட்டரா எழுதிட்டேன். போட்டோவும், கையெழுத்தும் போட்டு ரிப்ளை வந்தது. எங்கே வீட்லே ஃப்ரேம் போட்டு மாட்டியிருக்கேன்.

ஸார், நான் அரசியல்லே கலந்துக்கறதில்லை. மகாத்மா காந்தி இருந்தார். சுதந்திரம் வாங்கிக் கொடுத்தார். அப்புறம் நேரு இறந்ததுக்கும், சாஸ்திரி இறந்ததுக்கும் அழுதேன். திங்கக் கிழமை, எங்க வீட்டிலே ரொட்டிதான் இப்ப கூட. அண்ணா, பெரிய தலைவர்தான். தலை வணங்கறேன். நான் அரசியல்லே நடுநிலைமை. மாணவர்கள், அரசியல்லே கலந்துகொள்ளக் கூடாது. நான் முடிவெட்டுக்குப் போனா கட்சி பேசறதில்லை. எம்.ஜி.ஆரும் பெரிய நடிகர்தான்.

சிவாஜியும் பெரிய நடிகர்தான். இவர் தனி. அவர் தனி. எனக்கு இந்த ரசிர்மன்றங்கள்; அப்புறம், கிருஷ்ணாயில் டப்பாவிலே படம் ஒட்டி ஊர்வலமா நியூ ரிலீஸுக்குப் போற அதெல்லாம் பிடிக்காது. எனக்குப் பிடிச்சது கிரிக்கெட். நல்லா ஆடுவேன். காலேஜ் லெவலுக்கு நான்தான் கேப்டனா இருக்கணும். இதிலே கூட அரசியல் பாருங்க. தொகுதி எம்.எல்.ஏயோட பையன் ஒருத்தன், ஒரே ஃபுல்டாஸா போடுவான்; அவனை கேப்டனா நியமிச்சாங்க. நான் வெறுப்பிலே போங்கடா பசங்களா, உங்க டீம்லேயே ஆடறதில்லை என்று வந்துட்டேன். லீக்லே மட்டும் ஆடறேன். சென்ற ஞாயிற்றுக்கிழமை, 35 நாட் அவுட் அடிச்சேன். ஹிண்டுவிலே ரெண்டு இன்ச் வந்தது.

ஸார், நான் சொல்ல வந்தது, எங்க அக்கா வித்யாவைப் பற்றி! அதை விட்டுவிட்டு எவ்வளவு எழுதிட்டேன். பாருங்க, இதே தமிழ்ப் பாடப்புத்தகத்திலே திரு. வி.க. ஒரு எஸ்ஸே இருக்கிறது. அதைப் பத்தி எழுதச் சொல்லுங்க. இரண்டு வரிக்கு மேலே நகராது. அது வேறு பாஷை.

என்ன சொல்ல வந்தேன். வித்யா, வித்யா எனக்கு அக்கா. வயது 22 இருக்கும். பி.ஏ., எத்திராஜ்லே படிச்சு நல்ல டிஸ்டிங்ஷென் வாங்கினா. நல்லா இங்கிலீஷ் பேசுவா. அழகா இருப்பா. அசப்பிலே பாரதி மாதிரி. அக்கா ரொம்ப புத்திசாலி. அழகு, அடக்கம். அடக்கம் ஸார். அதான் பெண்களுக்கு முக்கியம். எவ்வளவு இங்கிலீஷ் புஸ்தகம் படிக்கிறா தெரியுமா? அப்புறம் மெக்கின்ஸி கம்பெனியிலே நானூறு ரூபாய் ஸார்! ஃபோர் ஹன்ட்ரட் வாங்கறா. அதற்காக, பகட்டா டிரஸ் பண்ணிக் கொண்டோ, கண்டவங்களோட பேசிக்கொண்டோ இருக்கமாட் டாள். தான் உண்டு, தன் வேலை உண்டு.

எங்க ரெண்டு பேருக்கும், அப்பாகிட்டே நல்ல மரியாதை. பயம். பிக்சர் போனா, நானும் அவளும்தான் போவோம். அப்பாவை சிவந்த மண் ஒரு தடவை அழைத்துக்கொண்டுபோய், அந்த டான்ஸ் வர இடத்திலே, எங்க ரெண்டு பேருக்கும் ஒருவிதமா ஆயிடுச்சு.

அக்கா, எனக்குக் கேட்டபோதெல்லாம் பணம் கொடுப்பா. என்கிட்டே ஒண்ணையும் மறைக்கமாட்டா. நல்ல அன்பு. அக்கா எனக்கு தெய்வம்போல ஸார். எங்க ஃபேமிலி சின்ன ஃபேமிலி. மதர் செத்துப்போய் மூணு வருஷம் ஆயிடுச்சு. அப்பா, நான்,

வித்யா மூணு பேர்தான். சமைக்க ஐயர் இருக்கார். வேலைக்காரங்க உண்டு. பணவசதி உண்டு. அப்பா ரிடையராகிவிட்டதாலே, பூரா வீட்டு விஷயங்களை கவனிச்சுக்கிறார். வீட்டிலே ஜாஸ்தி பேச்சு கிடையாது. அது அது அளவா இருக்கும். தேன்கிண்ணம் கேட்க லாம். ஆனால், உரக்கக் கெக்கக் கூடாது. படிக்கிற சமயத்திலே படிக்கணும். விளையாடற சமயத்திலே விளையாட்டு. அக்கா வுக்கு இந்த வருஷம் கல்யாணம் செய்து கொடுக்க அப்பா முயற்சி செய்திட்டிருக்கார். எங்க ரெண்டு பேருக்குமே அப்பாவிடம் பயம்.

இந்தப் பின்னணியிலே, இன்று மாலை நடந்ததைச் சொல்றேன். கேளுங்க. எனக்கு ஆச்சரியமாகவும் அதிர்ச்சியாகவும் இருக்குமா இருக்காதா? என்ன ஆச்சு தெரியுமா?

சாயங்காலம் காலேஜ் போய் பி.டி. கிளாஸ்னாலே கொஞ்சம் டிலே ஆயிடுச்சு. பஸ்லேதான் வரேன். சித்ரா சைடிலிருந்து பாலம் தாண்டி காஸினோ பக்கம் போறபோது, நான் யாரைப் பார்க் கிறேன்? எங்க அக்கா வித்யாவை. எங்கே? ஒரு ஸ்கூட்டர் பின் ஸீட்டிலே! சிவப்பு ஸ்கூட்டர்! புதுவண்டி, முன்னாலே உட்கார்ந் திருக்கிற பார்ட்டி முதுகுதான் தெரிகிறது. அந்த முதுகை எனக்குப் பிடிக்கலை. ‘சர்ர்’ என்று நல்ல ஸ்பீட்டிலே வரான். சாமர்த்தியமா ஓடிச்சு, தியேட்டருக்குள்ளே நுழையறான். அக்கா வித்யா, அவன் தோள்லே கையை அநாவசியமா சப்போர்ட் வைத்துக்கொண்டு ஸ்டைலா போறா. தியேட்டர்லே நிற்கிறது வண்டி. அவர் பார்க் பண்ணிட்டு, கழுத்திலே பூட்டிவிட்டு வரான். நல்ல உயரமா இருக்கான். அவளை அணைச்சுக்கிட்டு உள்ளே போறான். என் அக்காவைத் தொடறான் ஸார்!

இதுக்குள்ளே, என் பஸ் நகர்ந்துவிட்டது. போலீஸ்காரனுக்கு எதிரே மறுபடி பஸ் நின்றதும் நான் இறங்கிவிட்டேன். எனக்கு முதல்லே அதிகமாக கோபம்தான் வந்தது. அந்த ஆள் யாரோ. அவன் மேலே மகாகோபம் வந்தது. எங்க அக்கா நல்ல பெண். ஜனங்கள் சொல்வதை சுபலமா நம்புகிற பெண். அழகானவள். அவளை என்ன சொல்லி ஏமாத்தி, இப்படி சினிமா இருட்டுக் குள்ளே அழைத்துக்கொண்டு போகிறானே ராஸ்கல்! அயோக் கியன். கல்யாணம் ஆறதுக்கு முந்தி இப்படி ஒரு வர்ஜின்கூட வரான்னா!

என் அக்காவும், இது மாதிரி வேற பார்ட்டியோட நடந்துக்க வேண்டாம். இதிலே தப்பு ரைட்டெல்லாம் இல்லை. நாங்கள்

நல்ல குடும்பத்தைச் சேர்ந்தவங்க. எங்க அப்பாவுக்கு இது தெரிஞ்சுது என்றால் உயிரை விட்டுடுவார். அவரானா, இவளுக்கு கல்யாணத்துக்கு மும்முரமா ஏற்பாடு செய்துகிட்டிருக்கார். அன்னிக்குக்கூட யாரா ஒரு பார்ட்டி, அப்பாவோட பேசிட்டுப் போனாங்க. பெரியவங்க மன்னிக்கணும் சார். இதை என்னவோ பத்திரிகைக் கதை, 'அப்பா பார்த்த பையனும் இந்த ஸ்கூட்டர் பையனும் ஒரே ஆள்தான்' என்று முடிக்கப்போறதா நினைச்சுக் காதீங்க. சிக்கல் அவ்வளவு சுலபமாக தீர்றதில்லை. ஆக்சுவலா நடந்ததை நான் சொல்லிக்கொண்டே வருகிறேன் சார். எங்க குடும்ப கௌரவம் என்ன ஆறது? ஃபிரெண்ட்ஸ் எல்லாம் பேசிக்கொள்வாங்களா இல்லையா, இந்தப் பொண்ணு லவர்ஸ் எல்லாம் வெச்சுக்கிட்டிருக்குன்னு! அப்பா என்ன நினைப்பார்.

இப்படியே நினைச்சுக்கிட்டு, கூட்டத்திலே இடிபட்டு காஸினோ பக்கம் அவசரம் அவசரமா நடந்தேன். என் கையிலே காசு இருந்தது. அவங்க ரெண்டு பேரும் டிக்கெட் வாங்கிட்டு மாடிக்குப் போயிருப்பாங்க. இங்கிலீஷ் படம்தான். டிக்கெட் வாங்கப்போனபோது, அந்த ஆள், தம்பி டிக்கெட் உனக்கா என்று கேட்டார். ஆமாம்னேன், உனக்கு என்ன வயசு? இது ஏ சர்ட்டிபிகேட் படம். நீ பார்க்கக் கூடாது என்றார். போடா சரிதான் என்று வந்துவிட்டேன். ஒரு தடவை, மினர்வாவிலே ஆயிடிச்சு. இப்ப இரண்டாம் தடவை. நான் யோசிச்சேன். அவங்க ரெண்டு பேரையும் இருட்டுல என்ன கண்காணிக்கப் போறேன்? அந்த மாதிரி ஒருத்தரை ஒருத்தர் அணைச்சுக்கிட்டு மாடிக்குப் போய், தனியா கூட்டமில்லாத பிக்சருக்குப் போறாங்க என்றால் எதுக்கு? திரு.வி.க. படிக்கவா? எனக்கு எல்லாம் தெரியும் சார்.

பேசாம வீட்டுக்குப் போயிடலாம். இன்னிக்கு ராத்திரி அப்பா கிட்டே சொல்ல வேண்டாம். அக்கா வந்ததும் அவள்கிட்டேயே தனியா கூப்பிட்டுக் கேட்டுடலாம். நீ இந்த மாதிரி பொறுப்பு இல்லாம நடந்துக்கிறயே? கல்யாணம் ஆறதுக்கு முந்தி வேற பார்ட்டியோட சுத்தறயே? அவ என்ன சமாதானம் சொல்றா பார்க்கலாம். என்ன சொல்வா? நான் உனக்கு நூறு ரூபாய் கொடுக்கிறேன். ஆர்மர் ஷர்ட் வாங்கித் தர்றேன். சொல்லாதேடா என்பாள். நானா! லஞ்சமா! இது ரொம்ப ஆதாரமான விஷயம் சார்! என் அக்காவின் எதிர்காலத்தைப் பற்றி எனக்கு அக்கறை இருக்காதா சார். வரட்டும் என்று வீட்டுக்குப் போக பஸ் ஏறிவிட்டேன்.

வீட்டுக்குப் போனா, அப்பா சாயங்காலம் வாக்குக்குக் கிளம்பிட்டிருக்கார். ஐயர், வடையும் கேசரியும் டிஃபன் பண்ணியிருக்கார். அப்பாவைக் கேட்டேன், பேபி வந்தாகிவிட்டதா என்று. அப்பா சொன்னார், 'பேபி வர நாழியாகும் என்று சொன்னாள் காலையிலேயே. ஆபீஸில் ஏதோ ஸ்டேட்மெண்ட் அடிக்கணுமாம். ஓவர் டைமாம். ஒன்பது மணியாகும். நீ டிபன் சாப்பிடு' என்றார்.

பாவம், அப்பாவி அப்பா! எவ்வளவு சுலபமாக அவளை நம்பியிருக்கிறார். வரட்டும் அந்த ராட்சசி என்று காத்திருந்தேன். காத்திருக்கிற சமயத்திலேதான், இதுவரைக்கும் நடந்ததையெல்லாம் எழுதினேன்.

கை, கால் கழுவினேன். டிபன் சாப்பிட்டேன். ரேடியோ வெச்சேன். பட்டத்து ராணியும், நான் நான் நான் பாட்டும் அடுத்தடுத்து வெச்சாங்க. ம்ஹூம், இன்ட்ரெஸ்ட் இல்லை சார்! எங்க அப்பாகிட்டேயே பொய் சொல்லி இருக்காளே! அப்படீன்னா, எவ்வளவு தீவிரமா அந்த ஸ்கூட்டர் அவளை ஏமாத்தி இருக்கணும். ஸோமாரி. அவன் யார் தெரியலை. அவனை, இந்தப் பேட்டைப் பக்கம் வந்தா கவனிச்சுக்கலாம். சிதம்பரத்துகிட்டே சொன்னா போதும், நாலு தட்டு தட்டுவான். அதுக்கு முன்னாலே அக்காகிட்டே நான் பேசியாகணும். இவ்வளவு தூரம், சொந்த அப்பாகிட்டேகூட பொய் சொல்லும்படியா உன்னை மயக்கின அந்த பார்ட்டி யார்? நீ செய்யறது உனக்கே நல்லா இருக்கா? எனக்கு முன்னோடியாக (தமிழ் புஸ்தகத்திலே படிச்ச வார்த்தை) இருக்க வேண்டியவள் நீ. என் மதிப்புக்கும், மரியாதைக்கும், மாண்புக்கும் உரித்தானவளா இருக்க வேண்டியவ நீ. நீ இப்படிச் செய்யலாமா? நம் குடும்பத்துக்குக் களங்கம் விளைவிக்கிறபடி... அப்படி இப்படின்னு, மனசுக்குள்ளேயே ஸ்பீச் தயார் பண்ணி வெச்சுக்கொண்டேன். அப்புறம், கொஞ்ச நேரம் பாட புஸ்தகம் படிச்சேன். கதை புஸ்தகம் படிச்சேன். அப்பா வாக்கிங் போய்ட்டு வந்துட்டார். இரவு அவர் பலகாரம்தான் சாப்பிடுவார். நாங்கதான் சாப்பாடு.

சாப்பிட்டுவிட்டு லேசா படிப்பார் அல்லது அக்கா இருந்தா அவளை படிக்கச் சொல்வார். ஒன்பது மணி நியூஸுக்கு ரொம்பக் கஷ்டப்பட்டு முழித்துக்கொண்டு இருப்பார். தலைப்புச் செய்திகள் மட்டும் கேட்டுவிட்டு உறங்கிடுவார்.

இவ வித்யா, சரியா 9.35-க்கு வரா சார். 'அப்பா தூங்கியாச்சான்னு கேக்கறா. தூங்கியாச்சு என்கிறேன். அய்யர், எனக்கு சாப்பாடு வேண்டாம். ஆபீஸ்லே நிறைய டிபன் சாப்பிட்டுவிட்டேன். ராம், நீ ஏன் தூங்கவில்லை' என்றாள். 'உன்னோட பேசணும்' என்றேன். 'எதைப்பத்தி' என்றாள். மாடிக்கு வா தனியா என்றேன். 'சரி புடவை மாத்திக்கிட்டு வரேன்' என்றாள்.

மாடிக்கு வந்தா. கலைஞ்சுதான் இருந்தா. நெத்திலே பொட்டு கலைஞ்சிருக்கு. தலைமயிர் சீரா இல்லை. ஸ்... அப்பாடா என்று உட்கார்ந்தாள். ஃபெமினா பத்திரிகையை எடுத்து வைத்துக் கொண்டாள்.

நான் அவளைக் கேட்டேன். 'பேபி, இன்னிக்கு ஆபீஸ்லே வேலை அதிகமா?' டபிள் மீனிங்லே கேட்டேன்.

'ஆமாம், ஓவர் டைம்' என்றாள்.

'ஓஹோ' என்றேன். அதிலே இருந்த தொனி அவளுக்குப் புலப் படலை. இன்னும் ஃபெமினாதான் புரட்டிட்டிருந்தாள். 'ஓவர் டைம் எங்கே, ஆபீஸ்லேயா, காஸினோவிலா?' என்றேன்.

அவள், ஃபெமினாவைக் கீழே போட்டுவிட்டு நிமிர்ந்து என்னைப் பார்த்தாள்.

'ராம், என்னடா சொல்றே நீ?'

'அக்கா, நான் பார்த்தேன்'.

'நீயும் இன்னொரு பார்ட்டியும் காஸினோவிலே சினிமாவுக்குப் போறதை'.

'ஸோ?'

'அக்கா, இது உனக்கு நல்லா இருக்கா?'

'எப்பலேந்துடா நீ இந்த சினிமா வேலையெல்லாம் ஆரம்பிச் சிருக்கே? பிறத்தியாரை ஃபாலோ பண்றதும், அப்புறம் சினிமா மாதிரி வசனம் பேசறதும்?'

'அக்கா, நான் உன்னை ஃபாலோ பண்ணலை. அகஸ்மாத்தா பஸ்லேந்து கவனிச்சேன். அந்தப் பார்ட்டியோட ஒரு புது ஸ்கூட்டர்லே பின்னாலே போனே... அவனைத் தொட்டுக்

கொண்டு… அக்கா, நீ வீட்டுக்கு வற்ரபோது, உன் ஸாரி எல்லாம் பழைய பாணியிலேதான் இருக்கு. அப்ப கவனிச்சபோது, ரொம்ப தழைஞ்சு இருந்தது. இடுப்பிலே அவனை நீ தொட்டுக் கொண்டு, உன்னை அவன் தொட்டுக்கொண்டு… அக்கா, நான் பார்த்தாப்பலேயே நமக்குத் தெரிஞ்சவங்க, உறவுக்காரங்கள் எல்லாருக்கும் பார்க்க வாய்ப்பு இருக்கிறதல்லவா? அக்கா, நீ நடந்துக்கிறது நல்லா இருக்கா? அதுவும் கல்யாணம் ஆறதுக்கு முந்தி!'

அக்கா சிரித்தாள்.

'சிரிக்காதே, அக்கா! அப்பாவை ஏமாத்தி ஓவர் டைம்னு பொய் சொல்லி, காதலனுடன் சல்லாபிக்கிறாய். இதுவும் நல்லா இருக்கா? உன்மேலே எனக்கு இருக்கிற மரியாதை என்ன தெரியுமா?'

'அதனாலே என்ன பண்ணச் சொல்றே நீ?'

'உடனே, அந்த பார்ட்டியோட இவ்வளவு அப்பட்டமா சல்லா பிக்கிறதை நிறுத்திவிடு. உனக்கு ஒரு சான்ஸ் தரேன். இல்லா விட்டால்…'

'இல்லாவிட்டால்?'

'அப்பாகிட்டே சொல்லப் போகிறேன்'.

அக்கா அதிர்ந்துவிட்டாள்.

'ஆம்! நான் தயங்கவே போறதில்லை. அப்பாவை இப்பவே எழுப்பிக்கூட சொல்லலாம் என்று'.

அக்கா மறுபடியும் சிரித்தாள். 'ராம், உனக்கும் எனக்கும் ஏழு வயசு வித்தியாசம். நீ பிறந்தது எனக்கு ஞாபகம் இருக்கிறது. நான் எவ்வளவோ உன்கிட்டே சொல்லலாம். சமாதானமா, அதிலே பாதிக்கு மேலே உனக்குப் புரியாது. நீ சின்னவன். சின்னவன் என்றாலும், அவ்வளவு ஒன்றும் விவரம் தெரியாத சின்னவன் இல்லை. நான் இனிமே உன்கிட்டே சொல்லப்போறதைப் புரிஞ்சக்கற அளவுக்கு உனக்கு விவரம் தெரியும். அந்த ஆளுடன் என் சிநேகிதத்தைப் பற்றியோ, நாங்கள் சினிமா போனது பற்றியோ உனக்குக் காரணம் சொல்றதுக்கு எனக்குத் திராணி இல்லை. சந்தர்ப்பம் வந்தால், அப்பாகிட்டே நான் காரணம்

சொல்லிக்கிறேன். உன்னைப் பொறுத்தமட்டும் நீ தாராளமா அன்டர்ஸைன் பண்ணு. தாராளமா, அப்பாகிட்டே நீ இன்னிக்கு சாயங்காலம் பார்த்த ரகசியத்தைச் சொல்லலாம். எனக்கு ஒரு ஆட்சேபணை இல்லை. ஆனா இது மட்டும் ஞாபகம் வெச்சுக்க. ஒரு ரகசியத்தைப் பாதுகாக்கறது, ஒரு நண்பனைப் பாதுகாக்கறது போல. அதிலே ஒரு சந்தோஷம் இருக்கு. போ, நல்லா போய் சொல்லு. சொல்றதுக்கு முன்னாலே இதைக் கேட்டுவிட்டுப் போ! ராணி!' என்றாள்.

நான் திடுக்கிட்டேன்.

'யார் ராணி? என்ன ராணி? எது ராணி?'

'நம் வீட்டு வேலைக்காரப் பெண். 14, 15 வயசிருக்கும். நல்ல கட்டான உடல், அழகான மூஞ்சி... அவள் வந்து பஸ்கிட்டே ஒரு விஷயம் சொன்னாள். அதாவது...'

'அக்கா, எனக்கு அர்ஜெண்டா வேலை இருக்கு. அப்புறம் சந்திப்போம்' என்று படியிறங்கி வந்துவிட்டேன்.

சார், அக்கா விஷயத்தைப் பற்றி மறுபடி யோசித்துப் பார்த்தேன் சார். ஒருவேளை அக்காவுக்கும் அந்தப் பார்ட்டிக்கும் உண்மையான காதல் இருக்கலாம். உண்மைக் காதல்லே குறுக்கிட நான் யார் சார்? நான் எதுக்கு சார் அப்பாகிட்டே சொல்லி, உண்மைக் காதலிலே குறுக்கிடணும்?

நான் சொல்லப்போறதில்லை.

வழி தெரியவில்லை

ஒரு சினிமா பார்ப்பதற்காக, சபர்பன் ரெயில் மார்க்கத்தில், பெயர் தெரிவிக்க முடியாத அந்த ஸ்டேஷனில் நான் இறங்கினேன். படம், நான் சென்னையில் தப்பவிட்ட படம். ஊரெல்லாம் சளைக்காமல் ஓடி ஓய்ந்துவிட்டு, மொஃபெஸலில் ஓடிக்கொண்டிருந்தது. படம், நல்ல படம் என்று நண்பர்கள் வற்புறுத்திப் பார்க்கச் சொன்னார்கள்.

அதைத் துரத்திக்கொண்டு, அந்த ரெயில் நிலையத்தில் மாலை இறங்கினேன். பெயர் சொல்ல மாட்டேன். நண்பர்கள் வழி சொல்லி இருந்தார்கள். லைனோடு நட. லெவல் கிராஸிங்கில் சாக்கடையைத் தாண்டு. பஞ்சாயத்து அலுவலகத்தில் திரும்பி, நேராக நட. கடைத் தெருவெல்லாம் தாண்டினால் ஒரு சென்ட் கம்பெனி வரும். வாசனை அடிக்கும். அங்கே இடது பக்கம் திரும்பி, கல்லெறிகிற தூரம் நடந்தால் நெல் வயல் வரும். அதற்கு முன் கொட்டகை தென்பட்டுவிடும் என்று.

தென்பட்டது.

தென்னங்கீற்று. சிங்கள் ப்ரொஜக்டர் - சோடா கலர் - கைமுறுக்(கு) கொட்டகை, டிக்கெட் வாங்கி உள்ளே போய் உட்கார்ந்தேன். ஒரு நாய், காலடியில் ஓடியது. கொசு, காதடியில் பாடியது. காஞ்சனா, ஈஸ்ட்மன் கலரில் சிரித்...

ஆனால், இந்தக் கதை அந்த சினிமாவைப் பற்றியது அல்லவே. சினிமா பார்த்துவிட்டு, நான் ஸ்டேஷனுக்குத் திரும்பியபோது எனக்கு ஏற்பட்ட விநோத அனுபவத்தைப் பற்றியது.

படம் சற்று நீளமான படம். முடிந்து திரும்பும்போது எனக்கு நல்ல பசி. கடைசி ரெயிலைத் தவறவிடப்போகிறேனே என்கிற கவலை. மாம்பலத்துக்குப் போய் சப்பாத்தி சாப்பிட்டுக் கொள்ளலாம் என்று வேகமாக நடந்தேன்.

வந்த வழி ஞாபகம் இருந்தது. அப்படித்தான் நினைத்துக் கொண்டிருந்தேன். இரவின் இருள் காரணமோ, அந்தத் தெருக் களின் பின்னல் காரணமோ வழி தவறிவிட்டேன். போகிறேன். போகிறேன். ஸ்டேஷனையே காணோம்.

நான் கவலைப்பட ஆரம்பித்தேன். ஏதோ ஒரு கடைத்தெருவுக்கு வந்துவிட்டேன். அது, நான் மாலையில் நடந்த கடைத்தெருபோல் இல்லை. அப்பொழுதுதான், நான் தனியாக இலக்கில்லாமல் நடந்துகொண்டிருப்பதை உணர்ந்தேன். கடைகள் மூடி இருந்தன. ஹோட்டல்களில் நாற்காலிகள் மேஜை மேல் கவிழ்ந்து இருந்தன. வெளியே பலர் தூங்கிக்கொண்டிருந்தார்கள்.

வழி கேட்பதற்கு எங்கும் தென்படவில்லை. தனியாக வந்தது தப்பு. என் நடை தயங்கியது. சற்று வியர்த்தது.

நல்லவேளை, எதிரில் ஒரு சைக்கில் ரிக்ஷாக்காரன் தென்பட்டான். அவன் தூரத்திலிருந்து சாலையின் சரிவில் இயல்பாக பெடல் செய்யாமல், ஒரு சினிமா பாட்டுப் பாடிக்கொண்டு வருவது தெரிந்தது. அவனை நிறுத்தி ஸ்டேஷனுக்கு வழி கேட்டேன். ரிக்ஷாவையும் பாட்டையும் நிறுத்தினான்.

'ஸ்டேஷனுக்கா?' என்றான் ஆச்சரியத்துடன். இளைஞன், தெருவிளக்கின் மெல்லிய வெளிச்சத்தில் என்னைப் பூராவும் பார்த்தான். அவன் பார்த்த பார்வையை என்னால் இனம் கண்டுகொள்ள முடியவில்லை.

'ஸ்டேஷனுக்குப் போகறதுக்கு இங்கே வந்தியா?' என்றான்.

'ஏன்?'

'வழி தப்பு'.

'வழி எது?' என்றேன்.

'நேராப் போ. லெஃப்ட்லே ஒடி. ஆனா உனக்கு ஜாஸ்தி டயமில்லையே. மணி என்ன இப்ப?'

சொன்னேன்.

'கடைசி வண்டி போய்டுமே? உன்னால் நடந்துபோக முடியாது. வா, நான் குறுக்கு வழிலே போறேன். ஏறு. 12 அணா கொடு. ஒரே மிறியா மிறிக்கிறேன்'.

பன்னிரண்டு அணா என்ன, பன்னிரண்டு ரூபாய் கொடுக்கத் தயாராக ஏறிக்கொண்டேன். அவன் மிறித்தான். சைக்கிள் ரிக்ஷாவை ஒடித்துத் திருப்பி, நான் எந்த வழியாக வந்தேனோ அந்த வழியாகச் செலுத்தினான். எனக்குச் சந்தேகம் ஏற்பட்டது.

'இப்படியா போகணும்?' என்றேன்.

'அ ஆ' என்றான். அவன் செய்த சத்தத்தை, ஏறக்குறைய அப்படித்தான் எழுத முடியும்.

கடைத் தெருவிலிருந்து விலகி நேராக ஒரு சந்தில் சரிந்தான். சந்தில் இருட்டாக இருந்தது. தன் சினிமா பாட்டைத் தொடர்ந்தான். மெட்டு மட்டும்தான். வார்த்தைகளுக்குப் பதில் தந்தானே தாலே... பாட்டை நிறுத்திவிட்டான். கேட்டான். 'அவசரமாப் போகணுமா?'

'ஆமாம்!' என்றேன். 'ஏன்?'

'இல்லை. சும்மா கேட்டேன்'. மறுபடி, 'தந்தானே தாலே'.

என் பயம் சற்று அதிகமாகியது.

ரிக்ஷா சென்றுகொண்டிருந்தது. மறுபடி ஒரு சந்தில் ஒடித்தது.

ஏன் பயப்படுகிறேன் என்று யோசித்துப் பார்த்தேன். அடுத்து நடக்கப்போவது என்ன என்பது தெரியாததால், இருட்டால், அந்தப் பாழாய்ப் போகிற பாட்டால்.

என்னிடம் எவ்வளவு பணம் இருக்கிறது என்று யோசித்தேன். ரூபாய் முப்பதோ என்னவோ. ஆனால், ரிஸ்ட் வாட்ச்? மோதிரம்?

அவன் என்னை எங்கு அழைத்துச் செல்கிறான்?

சற்றுநேரத்தில் எனக்குத் தெரியவந்தது. ஒரு வீட்டின் எதிரே ரிக்ஷாவை நிறுத்தினான். இறங்கிவிட்டான். ரிக்ஷாவின் முன்

பக்கத்தில் விளக்கை ஊதி அணைத்தான். 'இரு வரேன்' என்று சொல்லிவிட்டு, அந்த வீட்டின் கதவை மெதுவாகத் தட்டினான். தட்டின தினுசில் ஒரு சந்தேகம் இருப்பதாக எனக்குப் பட்டது.

அவன் மெதுவாக, 'சொர்ணம்' என்று கூப்பிட்டது கேட்டது.

உள்ளே இருந்து, 'யாரு?' என்று கேட்டது.

பெண் குரல்.

'நான்தான் கோபாலு'.

சலங்கைச் சத்தம் கேட்டது. இல்லை, அது வளையல் சத்தம். கண்ணாடி வளையல்கள்.

கதவு திறந்தது. எண்ணெய் போடாத கதவு. கையில் அரிக்கேன் விளக்குடன் அந்தப் பெண் நின்று கொண்டிருந்தாள். சுமார் இருபது வயதிருக்கும். பெரிய வட்டமாகக் கறுப்பில் பொட்டு, தூக்கத்தில் கலைந்த உடை...

'வந்துட்டியா? நான் ரொம்ப...' என்னைப் பார்த்துவிட்டாள். அவள் குரலை உடனே தாழ்த்திக்கொண்டாள். என்னவோ அவனைக் கேட்டாள்.

கதவு பாதி திறந்திருந்தது. அவள் என்னிடம் 'வாங்க' என்றாள்.

'என்னப்பா?' என்றேன். சைக்கிள் ரிக்‌ஷாவில் உட்கார்ந்திருந்த நான் எனக்கு வேறு வார்த்தை கிடைக்கவில்லை. தொண்டை அடைத்திருந்தது.

'சும்மா போ! அட!' என்றான்.

அந்த ரிக்‌ஷாவில் நான் ஏறிக்கொண்டதிலிருந்து நடந்த சம்பவங்கள் எல்லாவற்றிலும், ஏன் அதற்கு முன் நான் சினிமா பார்க்கத் தனியா வந்ததில்கூட - ஏதோ ஒரு தவிர்க்க முடியாத தன்மை இருந்ததாக எனக்குப்பட்டது. என்னதான் நடக்கப் போகிறது பார்த்துவிடலாமே என்று நான் துணிந்திருக்கலாம்...

நான், அவள் பின் அந்த வீட்டுக்குள் சென்றேன்.

அந்தப் பாதி திறந்த கதவைக் கடந்ததும், உள்ளே நீண்ட ஒரு வழி நடை தென்பட்டது. அதன் இறுதியில் இருந்த கதவை நோக்கி அவன் சென்றான்.

கதவை அடைந்து, அதைத் திறக்காமல் எனக்காகக் காத்திருந்தாள் அவள். நான் சற்று தூரத்தில் தயங்கினேன்.

'வாங்க' என்றாள் பொறுமையில்லாமல்.

சென்றேன்.

நான் வரும்வரை காத்திருந்து, வந்ததும் சரேல் என்று அந்தக் கதவைத் திறந்தாள்.

என்மேல் குளிர்ந்த காற்று வீசியது.

'அதோ பார், அதான் ஸ்டேஷன் போ!' என்றாள்.

சார், இந்த அக்கிரமத்தை...

ஒரு கம்பெனி ஆபீசில் என்னென்ன செய்வார்கள்? டைப் அடிப்பார்கள். ஃபைல் துரத்துவார்கள். கடிதங்கள், வியாபாரம் பேசுவார்கள். இன்வாய்ஸ் போடுவார்கள். போர்ட் மீட்டிங்குக்கு தயார் செய்வார்கள். லிஃப்ட் ஏறுவார்கள். இறங்குவார்கள். இதெல்லாம் நியாயமான ஆபீஸ் நடவடிக்கைகள். ஆனால், நான் இன்று பார்த்தது?

என் ஆபீசில், எனக்கு இருபத்திரண்டு வருஷம் சர்வீஸ். போனவாரம்தான் ஜி.எம்., எனக்கு நீண்டநாள் சேவைக்காக ஒரு கைக்கடிகாரம் பரிசளித்து மாலை போட்டார். எல்லோரும் தைதட்டினார்கள். டைப்பிஸ்டாக ஆரம்பித்து, ஜூனியர் கிளார்க்காக மாறி, சீனியர் கிளார்க்காக ஏறி, சூப்பரிண்டென்ட், அக்கவுண்ட்ஸ் ஆபீசர் என்று உயர்ந்திருக்கிறேன். குறுக்கு வழி இல்லாமல், ஆணித்தரமான சேவை. இப்பொழுதெல்லாம் இந்தச் சின்னப் பசங்கள், 'மேனேஜ்மெண்ட் ட்ரெய்னி' என்று புகுந்து, டெஸ்பாட்சில் ஒருவாரம், அக்கவுண்ட்ஸில் ஒரு வாரம் என்று அங்கங்கே நாய் வாய் வைத்துவிட்டு, மூன்று மாதத்தில் அஸிஸ்டெண்ட் மானேஜராகி என்னை அதட்டுகிறார்களே அதுபோல் இல்லை.

இதெல்லாம் கிடக்கட்டும் காலம் மாறுகிறது. பழைய முறைகள் இந்த அவசர உலகத்துக்குப் பொறுக்கவில்லை. சயன்ஸ், எங்கள் ஆபீசை மாற்றிவிட்டது. கட்டடம் ரொம்ப நெட்டையாகிவிட்டது. ஏர்கண்டிஷனர்கள் உறுமுகின்றன. டை கட்டின பசங்கள் இங்கிலீஷில்

'இண்டர்கா'மில் பேசுகிறார்கள். காம்ப்ட்டா மீட்டர்கள் நம்பர் களைத் துப்புகின்றன. டெலிபோன் எக்ஸ்சேஞ்ச் குட்டி குட்டி விளக்காகக் கண் சிமிட்டுகிறது. முன்பு நாற்பது பேர் அச்சடித்தாற்போல் கட்டைப் பேனாவில் எழுதி வந்ததை இன்று நூற்றைம்பது பேர் பால் பாயிண்டில் கிறுக்குகிறார்கள். 'ஓவர் டைம்' என்னும் உப தேவதையை எல்லாம் உபாசிக்கிறார்கள். இதெல்லாம் மாறுதல்கள். நல்லதோ கெட்டதோ நிகழ்ந்தே ஆக வேண்டிய என்போல் வயதானவர்கள் ஒப்புக்கொள்ள வேண்டிய மாறுதல்கள். ஆனால், அது?

எது?

சொல்கிறேன். சொல்கிறேன். நான் வயதானவன். அவசரப் படாமல் நிதானமாகத்தான் சொல்வேன்.

என் ஆபிசில் நிகழ்ந்த முக்கியமான மாறுதல், பெண்களின் ஆக்கிரமிப்பு. நான் சேர்ந்தபோது, காளியம்மா என்று ஒரு பெருக்கு கிறவள் மட்டும்தான் ஒரே பெண் சிப்பந்தி. இப்பொழுது? நிர்மலா, வசந்தா, கிரேஸ், விஜயா என்று எத்தனை பெயர்கள்! மொத்தத்தில், பாதி வரைக்கும் பெண்கள். ரூமுக்கு ரூம் சிட்டுகள்! எல்லாம் பென்சிலைக் கடித்துக்கொண்டு, 'ஸாரி சர்மா சார். இன்வாய்ஸிலே ஒரு ஸைபர் விட்டுப் போச்சு!' - டைப்ரைட்ட ரிலே ரிப்பன் சரியா இல்லை' - அவன் என்னைக் கேவலமாய் பார்க்கிறான் சார்' - என்று இந்தக் குட்டிகளால் எவ்வளவு பிரச்னைகள் தெரியுமா? இவர்களுக்கென்று தனி பாத்ரூம், தனி டிபன் ரூம், பூ வாசனை, மெடர்னிட்டி லீவ்.

எல்லாப் பெண்களுமே தொந்தரவு என்று நான் சொல்லவில்லை. என் செக்ஷனில் உஷா இருக்கிறாள். ஜெம்! என்ன உஷாரான பெண். 'பாங்கிங்' பரீட்சை எழுதுகிறாள். ஒரு தப்பு இருக்காது. அரட்டை கிடையாது. அடக்கமான டிரெஸ். உஷாபோல பெண் கள் அரிதானவர்கள். முக்கால்வாசி வேலைக்குப் பிரயோசன மில்லாத - எப்பொழுது பார்த்தாலும் 'கிக்கிக்கிக்' என்று சிரிக்கிற ரகம். எதற்கெடுத்தாலும் சிரிப்பு. சந்துரு தலைவாரிக்கொண்டால் சிரிப்பு. நான் வேஷ்டி மேலே பெல்ட் போட்டுக்கொண்டு வந்தேனா சிரிப்பு. அப்புறம் அவர்கள் டிரஸ்! நான் வயசானவனாக இருந்தாலும் என் கண்ணில் இதெல்லாம் தென்படுகிறதே. நிறையத் தெரிகிறதே. புடவை மார்பில் நிற்காது. கழுத்தில் ரவிக்கையின் வெட்டு அதள பாதாளத்துக்குச் சரியும். கழுத்துச்

சங்கிலியைக் கடித்துக்கொண்டு பேசுவது, ஒருநாள் தலைமயிர் பிருஷ்ட பாகம்வரை புரளும், மறுநாள் தலைமேல் கும்மாச்சியாய் உட்கார்ந்துகொள்ளும்.

ஆபீஸ் இல்லை சார் இது. வலை போட்டு தூண்டில் போட்டு, சிரித்துப் பேசி வேட்டையாடும் காதல் ஏரி! எனக்கென்ன? இன்னும் மூன்று வருஷத்தில் ரிடையர் ஆகப்போகிறேன். இந்த ஆபீஸ், செங்கல் செங்கல்லாக உயர்ந்தபோது உடன் உதவி செய்தவன். இப்பொழுது பாழாய்ப்போகிறது. போனால் என்ன? நான் பழைய மடிசஞ்சி. என் சொல் விலை போகாது. கம்மென்று, கொடுத்த காசுக்கு உழைத்துவிட்டுப் போக வேண்டியதுதான் என்று இருந்தாலும், இன்று நான் பார்த்ததை என்னால் தாங்கிக்கொள்ள முடியவில்லை. பிற்பகல் 2.30 இருக்கும். ஒரு முக்கியமான பேமெண்ட் சம்பந்தப்பட்ட கடிதம் எழுதுவதற்குப் பழைய ரெஃபரன்ஸ் ஒன்று தேவைப்பட்டது. 1959-ம் வருஷத்துக் கடிதம் ஒன்றைப் பார்க்க வேண்டியிருந்தது. ரிகார்ட் ரூமுக்கு தட்சிணா மூர்த்தியை அனுப்புவதைவிட (அவன் போனால் வரமாட்டான். வந்தால் காகிதம் கொண்டு தரமாட்டான்) நானே போகலாம் என்று மூன்றாவது மாடியில் இருக்கிற அந்த ரிகார்ட் ரூமுக்கு சென்றேன்.

ரிகார்ட் ரூமுக்கு இன்சார்ஜாக சுகுணாவைப் போட்டிருந்தோம். சுகுணா, நான் சொன்ன பெண்களின் பட்டியலில் ஒருத்தி. நல்ல அழகு. வேலையில் சைபர். சிரிக்கிறதுக்குச் சம்பளம். அவளை டெஸ்பாட்சில் வைத்திருந்தார்கள். ஸ்டாம்பை நக்காதே. நக்காதே என்று சொல்லிச் சொல்லி ராமநாதனுக்கு அலுத்துவிட்டது. மெட்ராஸ் 36-க்குப் பதில், மெட்ராஸ் 86 என்று ஒரு கடுதாசியை அனுப்பி ஒரு டெண்டரை கோட்டைவிட்டோம். அப்புறம் செக்ஷன் மாற்றி, என் செக்ஷனுக்கு வந்தாள். கதிகலங்க அடித்தாள். எனக்கு அவளை அடைகாக்க வேண்டி இருந்தது. வம்பு வேறு. மானேஜரிடம் சொல்லி லீவில் போய்விட்டேன். 'திரும்பி வருவதற்குள், அந்தப் பாப்பாவை வேறு செக்ஷனுக்கு மாற்றி விடுங்கள்' என்று அழாக்குறையாகக் கெஞ்சிவிட்டு.

திரும்பி வந்தபோது, சுகுணாவை ரிகார்ட் ரூம் இன்சார்ஜாகப் போட்டுவிட்டார்கள். அங்கேதான், அதிகம் ஆள்கள் வர மாட்டார்கள். நாள் முழுக்க 'நீச்சலடி சுந்தரி' என்று நாவல் படித்துக்கொண்டிருக்கலாம். யாராவது ரெஃபரன்ஸுக்கு வந்தா, அவர்களே தேடிக்கலாம். இந்தப் பெண்ணைத் தனியாக மேஜை

கொடுத்து தனியாக உட்கார்த்திவைத்தால்தான் ஆபீஸ் உருப்படும் என்று மேனேஜருக்குக் கடைசியாகத் தெரிந்துபோச்சு.

ரிகார்ட் ரூமுக்கு நான் போனபோது ரூம் திறந்திருந்தது. சுகுணா அவள் மேஜையில் இல்லை. வேறு ஒருவரும் தென்படவில்லை. சரி, நல்லதா போச்சு. நாமே அந்தக் கடிதத்தைத் தேடி எடுத்துக் கொள்ளலாம் என்று உள்ளே சென்றேன்.

அந்த ரூம் பெரிய ரூம். வரிசையாக அழகா ஃபைலிங் காபினெட் வைத்து, அது சப்ஜெக்ட்படி அகர வரிசைப்படி வருஷம் வருஷமாப் பிரித்து... சுலபமாய் அந்தக் காகிதம் எனக்கு கிடைத்துவிட்டது. அப்போதுதான் அந்தச் சத்தம் எனக்குக் கேட்டது. என்ன சப்தம்? விவரிக்கத் தெரியவில்லை. சத்தம் வந்த திசையை நோக்கி மட்டும் சென்றேன்.

அலமாரி அலமாரியாக - காபினெட், காபினெட்டாகத் தாண்டி முட்டாள்தனமாய் அங்கே போனேன். முட்டாள்தனம்தான். அங்கேயே நின்றிருக்கணும்.

ஓரத்திலே கோடியிலே ஒரு அலமாரிக்குப் பின்னாலே கேஷ் கிளார்க் சந்தானத்தையும் சுகுணாவையும் பார்த்தேன். அவங்க இரண்டு பேரும் அங்கே என்ன செய்துகொண்டிருந்தார்கள்? ஃபைலா தேடறாங்க? இல்லவே இல்லை!

என்னைக் கண்டதும், சடக்கென்று இந்தப் பெண் அலமாரி வரிசைக்கு பின்னாலே மறைந்து நழுவுகிறாள். அவன் சமாளிக் கிறானாம். எதுத்தாப்பலே இருக்கிற ஏதோ ஒரு ஃபைலை உருவி தீவிரமாப் பாக்கறதுபோல பாசாங்கு செய்யறான்! நான் பார்க்கலையாம். அவன் தலை கலைந்திருக்கிறது. ஷர்ட் கசங்கி இருக்கிறது.

நான் அவனைச் சுட்டு எரிக்கிற மாதிரி பார்த்துக்கொண்டு நின் றேன். வெட்கப்பட வேண்டியது அவன். நான் வெட்கப்பட்டேன்.

அவன் தலையை நிமிர்த்தி என்னைப் பார்த்தான். 'ஹி... என்று ஒரு ரெண்டு பர்செண்ட் சிரிப்பு சிரித்தான். அந்தச் சிரிப்பு, என்னைப் பற்ற வைத்தது. உடம்பெல்லாம் அருவருப்பாக இருந்தது. அந்தச் சிரிப்பிலே எவ்வளவு அர்த்தம் தென்பட்டது! 'இதெல்லாம், சாதாரணமாய் நடக்குமடா கிழவா! நீ பாட்டுக்கு

கம்ன்னு போய்க்கினே இரு'ன்னு சொல்ற மாதிரிச் சிரிப்பு. பாழாய்ப்போன சிரிப்பு.

'ஏம்ப்பா. இது உனக்கே நல்லா இருக்கா?' என்று நான் கேட்டேன்.

'எது ஸார்?' என்று கேட்டான்.

'இது' என்று கீழே கிடந்த பூச்சரத்தைக் காட்டினேன்.

'என்ன ஸார் நடந்தது? நீங்க என்ன ஸார் பார்த்தீங்க?'

'இதுக்கு மேலே பார்க்கணும்னு சொல்றியா?'

'ஹா! நல்ல ஜோக்! சர்மா ஸார்!'

'இந்த... இந்தக் கட்டிடத்துக்கு மட்டும் வாய் இருந்தா உன்னை அப்படியே... அப்படியே அந்த ஜன்னல் வழியா வெளியிலே துப்பி இருக்கும். போடா போடா!'

'என்ன மேன், 'டா' போட்டுப் பேசறே! யூனியல்லே சொல்லி கவனிச்சுக்கச் சொல்லட்டுமா?'

'இந்த மாதிரி, ஆபீஸ் டயத்திலே, ஆபீஸுக்குள்ளே, ஆபீஸ் சிப்பந்தியோட'.

'இதபார் சர்மா. உனக்கு ஏதாவது என் மேலே கம்ப்ளெய்ண்ட் இருந்தா, எங்க ஏ.ஓ.கிட்ட வந்து லெட்டர் எழுதிக்கொடு. நான் பதில் எழுதி உன்கைலே குடுக்கறேன். நீ ஃபைல் பார்க்க ரிக்கார்ட் ரூமுக்கு வந்தே. நான் ஃபைல் பார்க்க ரிக்கார்ட் ரூமுக்கு வந்தேன். அவ்வளவுதான். தீர்ந்துபோச்சு. விஷயம்!'

'திமர்டா உனக்கு டேய்!'

'மறுபடி 'டா' போடறே! பெரியவனா இருக்கியேன்னு மரியாதை வெச்சேன். கழண்டுபோயிடும்...' என்று அலட்சியமாக நடந்து சென்றான். எனக்கு அழ வேண்டும்போலிருந்தது. அழுகிற வயசா, அல்லது சந்தர்ப்பமா அது!

'சுகுணா, சுகுணா!' என்று கூப்பிட்டேன்.

சுகுணாவைக் காணவில்லை அல்லது காபினெட்டுக்குப் பின்னால் இருந்துகொண்டு, அவளுக்குப் பதில் சொல்ல விருப்பமில்லை.

வெளியே வந்தபோது, லிஃப்டில் இறங்கினபோது, திரும்ப என் செக்ஷனுக்குச் சென்றபோது எல்லாம் என் உடம்பு நடுங்கியது. முகம் எல்லாம் சூடாக உணர்ந்தேன். ஓங்கி மணி அடித்தேன். பியூன் வரவில்லை. கண்ணாடி டம்ளரை நானே எடுத்துக் கொண்டு, வாட்டர் சுவருக்குச் சென்று அதை அமுக்கினால் அது 'க்ளக்' என்றதே தவிர, தண்ணீர் சொரியவில்லை. இந்த ஆபீஸில் எதுதான் வேலை செய்யும்?

திரும்ப என் மேஜை வந்தும்கூட என் படபடப்பு அடங்கவில்லை. சரக்கென்று ஒரு காகிதத்தைக் கிழித்து அதில் மேனேஜருக்கு ஒரு இன்டர்னல் நோட் எழுத ஆரம்பித்தேன்.

'டு: பி.எம்.

ஃப்ரம் ஏஸி ஓ (மிகவும் அந்தரங்கம்). சப்ஜெக்ட் - இன்று மாலை 2.30-க்கு ரிகார்ட் ரூமில் நிகழ்ந்தது.

யோசித்தேன். இதை எல்லாம் எழுதிப் பிரயோசனமில்லை. எனக்கு எழுத வராது. நேராக மேனேஜரிடம் போய்ச் சொல்லி விடலாம். அவர் இந்த ஆபீசுக்கு அதிகாரி. அவரிடம் நான் பார்த்ததைச் சொல்லவேண்டியது என் கடமை. அவர் தீர்மானிக் கட்டும். இந்த மாதிரிப் பெண்களையும், ஆண்களையும் வைத்துக் கொண்டு என்ன செய்வது என்று. அவரும் இளைஞர்தான். ஆனால், இந்த மாதிரி அக்கிரமங்களைப் பொறுக்கமாட்டார்.

நான்காவது மாடியில், தனியான அறை மானேஜர் அறை. அதன் கதவைத் தட்டினபோதுகூட என் படபடப்பு பாக்கியிருந்தது. சற்று நேரம் கழித்து, 'கம் இன்' என்று உள்ளே இருந்து பதில் வந்தது.

மேனேஜர் எழுதிக்கொண்டிருந்தார். என்னை ஒரு தடவை நிமிர்ந்து பார்த்துவிட்டு, மறுபடி எழுத்தைத் தொடர்ந்தார்.

'உட்காருங்கள்' என்றார்.

உட்கார்ந்தேன்.

'எஸ், மிஸ்டர் சர்மா?'

'ஸார் உங்களிடம் ஒரு முக்கியமான விஷயத்தைப் பற்றிப் பேச வந்திருக்கிறேன் சார். அதை எப்படி ஆரம்பிப்பது என்றே தெரியவில்லை. எப்படி...'

பேச்சை நிறுத்திவிட்டேன். என் முதுகுப் பக்கம் ஏதோ குறு குறுத்தது. இந்த அறையில் ஏதோ தப்பு இருக்கிறது. மேனேஜர் எழுதிக்கொண்டிருக்கிறார். ஆனால், அவர் எழுதுகிற கம்பெனி 'லெட்டர் ஹெட்' தலைகீழாக இருக்கிறது. அவர் மேஜைமேல் ஓர் ஓரிடத்தில் ஒரு சிறிய வளைத் துண்டு கிடக்கிறது. எதிரே, அவருக்குப் பின் பக்கம் உயரமான திரைகளின் மடிப்புத் தெரிந்தது. அது மெல்ல அசைகிறது. திரைக்குக் கீழே இரண்டு அழகான பாதங்கள் தெரிகின்றன.

நான் மேனேஜரை மறுபடி பார்க்கிறேன். அவர் டை முடிச்சு கீழே இறங்கி, கழுத்து பட்டன் கழன்றிருக்கிறது. இன்னும் எழுது கிறார்! 'சொல்லுங்கள், மிஸ்டர் சர்மா!'

'சார், நான் சொல்ல வந்தது, சொல்ல வந்தது - இதுதான் சார். நான், என் ரிடையர்மெண்ட் காகிதங்களைச் சமர்ப்பிக்க விரும்பு கிறேன்'.

ஓர் அராபிய இரவு

நிச்சயமாக, அவன் என்னைத்தான் பின் தொடர்ந்துகொண்டிருந்தான். பஸ் ஏறி, பஸ் இறங்கி, மாறின பிற்பாடும், அதே தூரத்தில் அதே மீசையுடன், என்னைப் பின் தொடர்ந்து வந்துகொண்டிருந்தான். நான் நின்றேன். அவனும், அதோ நின்றான். என்னைப் பார்க்காதவன்போல செய்தித்தாளைப் பிரித்துக்கொண்டான். நான் நடந்தால், அவன் நடந்தான்.

எனக்கு அது பழகி வந்த விஷயம். இருந்தாலும், என்ன காரணத்துக்காக என்னைத் தொடர்ந்து வருகிறான் என்று தெரிய ஆவல் - அதுவும், நான் லீவில் இருக்கிறபோது. அதற்காக, நான் இப்படிச் செய்தேன்.

நடந்துகொண்டே சென்றவன், தெருவின் இறுதியில் மூலை திரும்பியதும் - விரைவாக நடந்தேன். நின்றேன். மறுபடி திரும்பி, எதிர்த் திசையில் வேகமாக நடந்து, மறுபடி மூலைக்கு வந்து நின்றேன். சிகரெட்டை வாயில் ஒட்ட வைத்துக்கொண்டேன். (ராத்மன்ஸ் கிங் சைஸ்) பையில் இருந்த வெய்யில் கண்ணாடியை அணிந்துகொண்டேன். அவன் திரும்பக் காத்திருந்தேன். முப்பத்தாறு செகண்ட் கழிந்ததும், அவன் அவசர அவசரமாக திரும்பினான். என்னை அவ்வளவு அருகில் எதிர்பார்க்கவில்லை. திடுக்கிட்டான். தயங்கினான். பார்க்காததுபோல் நடக்க ஆரம்பித்தான்.

'நெருப்பு இருக்கிறதா?' என்று கேட்டேன். அவன் தன் பைக்குள் தடவி எடுத்து லைட்டரை ஏற்றினான். அதன் ஜோதியைக் கவர்ந்து

கொண்டு, புகை ஊடே அவனைப் பார்க்காமல் கேட்டேன். 'எதற்காக என்னைப் பின் தொடர்கிறாய்? யார் உன்னை அனுப்பியிருக்கிறார்கள்?'

அவன் என்னைச் சற்றுப் பயம் கலந்து பார்த்தான். 'ஜே' என்றான்.

'யார் ஜே?'

'நான் சொல்லக் கூடாது. நான் நின்று பேசுவதே ஆபத்து'.

'நீ யார், இந்த பேட்டை ரௌடியா?'

'இல்லை'.

'எதற்காக என்னைத் தொடர்கிறாய்? பொசுக்கிவிடுவேன். துப்பாக்கி வைத்திருக்கிறேன். பெரெட்டா லைசென்ஸுடன்' என்றேன்.

'பயங்காட்டாதே. நான் உன் நண்பன். உனக்கு உதவி செய்யப் போகிறவன். நிற்க வேண்டாம். நடக்கலாம். என்னைப் பார்க் காதே? நான் சொல்வதைக் கேட்டுக்கொண்டே விலகிப் போ'.

'சொல்' என்று நடந்தேன். அவன் எனக்கு முன் நடந்தான். சொன்னான் - என்னைத் திரும்பிப் பார்க்காமல்.

'நான் ஒரு அட்ரஸ் சொல்கிறேன். 17-ஏ, ஆட்லர் ரோடு. அங்கே செல். சென்று, 'அலிபாபா - ஆம், அலிபாபா அனுப்பிவைத்த ஆள் நான்' என்று சொல். மூன்று டிரான்ஸிஸ்டர் தருவார்கள். அதன் கண்டென்ஸர்கள் பூரா ஹெராய்ன் அடைக்கப்பட்டிருக் கிறது. பம்பாயில் மூன்று லட்சம் போகும். அவை வேறு கோஷ்டி அடைவதற்குள் உனக்குக் கிடைக்கும். மாட்ட வை அவர்களை. லுக் அவுட்' என்று கத்திவிட்டு ஓடினான்.

நான் அப்படியே விழுந்தேன். அடுத்து வரும் வரிகளில் விவரித் திருக்கும் நிகழ்ச்சிகள் மூன்று செகண்டில் நடந்தன.

ஒரு ஹெரால்ட் கார் வேகமாகச் சீறி வந்து ரப்பர் தேயக் கிறீச்சிட்டு நின்றது. நிற்கக்கூட இல்லை. வேகம் குறைந்தது. அதன் பின் ஸீட்டிலிருந்து எட்டிப் பார்த்துக் கொண்டிருந்த ஒரு துப்பாக்கி வாயின் வட்ட இருட்டு, பளிச்சென்று நெருப்புக் கண்ணை ஒரு தடவை சிமிட்டியது. அதற்குரிய சத்தம் 'டிய்யா' என்று காதருகே சிராய்த்துக்கொண்டு, நான் குனிந்ததனால்

தப்பினேன். வார இதழ்களும் வாழைப் பழங்களும் தொங்கிய வெற்றிலை பாக்குக் கடையின் உள்ளே, ‘இரவில் பசும் பால் கிடைக்கும்’ என்று போர்டை சிதற அடித்து, அருகில் இருந்த ஜெயலலிதாவின் படத்தை நடுங்க வைத்தது. ஹெரால்ட் காரைக் காணோம்.

விழுந்து சேவித்த நான் எழுந்தேன். அவனையும் காணவில்லை. வெற்றிலைப் பாக்குக் கடைக்காரனுக்குப் புரியவில்லை. சிலர் ஓடி வந்தார்கள்.

‘நடுப்பகல்லே சுட்டுட்டு ஓடறாங்க சார்’ என்று ஒரு சிறுவன் இரைந்துகொண்டே விரைந்தான். என் அருகில் அவர்கள் வந்தார்கள். ஒரு டாக்ஸி நின்றது. ஒரு போலீஸ் தொப்பி தெரிந்தது. சலனம் அதிகமாகியது.

போலீஸ் ஸ்டேஷனில் நான் யார் என்று சொன்னதும், சல்யூட் அடித்து விலகினார்கள்.

‘17-ஏ, ஆட்லர் ரோடு!’ என்றேன், டாக்ஸி டிரைவரிடம்.

அந்த வீட்டை அடைந்தபோது, என் அராபிய இரவு தொடங்கியது. என் ரோலெக்ஸ் 7.46 காட்டியது. வீட்டு வாசலில் ‘நாய் ஜாக்கிரதை’யை உதைத்துத் திறந்து, உள்ளேயிருந்து எழுத்தாளர் மேஜையின் அருகிலிருந்து வந்ததுபோல், பொட்டுப் பொட்டாக வந்த டால்மேஷன் நாயை விசாரித்துவிட்டு, பட்டனை அழுத்தினேன். கதவைத் திறந்தவள், என் நிதானத்தைச் சற்று இழக்கவைத்தாள். ஏர்-இண்டியா போயிங்கிலோ, எழுபது மில்லி மீட்டர் திரையிலோ இருக்கவேண்டியவள், என் எதிரிலே நின்றாள் - மேலிருந்து கீழ், இடமிருந்து வலம், அழகாக.

‘யார் நீங்கள்? என்ன வேண்டும்?’ என்றாள்.

‘டிரான்ஸிஸ்டர்’ என்றேன்.

‘பார்டன்?’

‘டிரான்ஸிஸ்டர்!’ என்றேன் மறுபடி.

‘புரியவில்லை’.

‘இதுதானே 17-ஏ, ஆட்லர் ரோடு?’

'ஆமாம்'.

'இந்த வீட்டுக்கு மாடி இல்லையே?'

'இல்லை!'

'டிரான்ஸிஸ்டர்' என்றேன்.

'ஐ டோன்ட் கெட்யூ'.

'என்னை அனுப்பி வைத்தது அலிபாபா!'

அந்த வார்த்தை அவளை மாற்றியது. 'உள்ளே வாருங்கள். இதை முதலில் சொல்லியிருக்க வேண்டும்'.

'உங்களைப் பார்த்ததும், என் ஞாபகத்தில் பிசகு ஏற்பட்டு விட்டது. உங்கள் பெயர் என்ன?'

'நான் கேட்கவேண்டிய கேள்வி!'

'வித் பிளெஷர்! என் பெயர் ஷாட்டம். இங்கிலீஸ் பண்ணப்பட்ட புருஷோத்தம்'.

'என் பெயர் சுமதி. உள்ளே வாருங்கள். ஜூஸ் சாப்பிடுகிறீர்களா?'

'நீங்களே போதும்'.

'பார்டன்?' என்றாள் கோபத்துடன். பொய்க் கோபத்துடன்.

'ஒரு நிமிஷம் இருங்கள்' என்றாள். உள்ளே சென்றாள். நான் அறையை ஆராய்ந்தேன். எதிரே தொட்டியில் மீன்கள் துடித்துக் கொண்டிருந்தன. தொட்டிக்குள், காற்றுக் கொப்புளங்கள் உற்சாகமாக ஒன்றை ஒன்று மேலே துரத்திக்கொண்டிருக்க, மணல் பரப்பில் சுத்தமான தண்ணீரில் கலர் கலராக மீன்கள். ஒரு தங்க மீன், சுமதியை ஞாபகப்படுத்தியது.

அறை சுத்தமாக இருந்தது. எத்தனை சாகசங்கள் செய்து சம்பாதித்த காசு! சோபாவாகவும், ரேடியோகிராமாகவும், ஃபிரிட்ஜாகவும், ஜன்னல் திரைகளாகவும், கார்ப்பெட்டாகவும் விரித்திருந்தது. 'லேமினேட்' உதவியுடன், புத்தியுள்ள எவனோ செய்திருக்க, உறுத்தாத அலங்காரங்கள், டெலிபோன்.

வந்தவர், என்னைப் புன்னகையுடன் நெருங்கி என் கையைக் கேட்டார், குலுக்கினேன். உட்கார்ந்தார். 45 வயதிருக்கும். ஒழுங்கான பற்கள் சிக்கனமாகச் சிரித்தார்.

'ஸோ?' என்றார்.

'அலிபாபா அனுப்பிவைத்தார். டிரான்ஸிஸ்டர் மூன்று சேகரித்துக்கொள்ளச் சொன்னார்'.

'செக் அனுப்பித்தாரா?'

இது, நான் எதிர்பார்க்காத கேள்வி. 'செக்கா? ஒன்றும் தர வில்லையே! அப்புறம் அனுப்புவாரோ என்னவோ?'

'இல்லையே. செக்குடன் அனுப்புவதாகத்தானே சொன்னார்'.

'அதைப்பற்றி எதுவும் என்னிடம் சொல்லவில்லை'.

'கொஞ்சம் விஷயம் சிக்கலாகிறது... சுமதி' என்றார்.

சுமதி வந்தாள். 'ஏன்?' என்றாள்.

'டபுள் த்ரீ டபுள் ஸிக்ஸ் நைனுக்குப் ஃபோன் பண்ணி, ஏன் செக் அனுப்பவில்லை என்று கேள்'. நான் பதறவில்லை. 'ஜஸ்ட் எ மினிட் ஃபோன் வேண்டாம்!' என்றேன்.

'ஏன்?'

'செக் இல்லை. பணமாக இருக்கிறது' என்று சிரித்தேன்.

'தட்ஸ் பெட்டர்! கொஞ்சம் ஜாக்கிரதையான ஆசாமிபோல நீங்கள்!'

'சரக்கு சரியாக இருக்கிறதா என்று தெரிந்துகொண்டு பணம் கொடுக்க எனக்குக் கட்டளை' என்றேன்.

'சுமதி, போய் எடுத்துக் கொண்டு வா!' என்றார்.

சுமதி எழுந்துபோவதற்குள் டெலிபோன் மணி அடித்தது.

'எக்ஸ்க்யூஸ் மி' என்று சொல்லிவிட்டு, அவர் டெலிபோன் அடைந்தார். அதை எடுத்தார், கேட்டார்.

ம்?

ம்?

ம்?

ஆ(ன்) ஹா(ன்)?

ம்?

ம்?

டெலிபோனை வைத்தார். 'ராம்சிங்!' என்றார். 'எஸ் பாஸ்?' என்று உயரமாக வெளிப்பட்டான் ராம்சிங்.

'நடேசனையும் கூப்பிடு' என்றார்.

நடேசன் என்று ராம்சிங்கின் டிட்டோ ஒருவன் வந்தான்.

தன் ஷர்ட் கையை மடக்கிக்கொண்டே, அவர் என் அருகில் வந்து, 'நீ யார்?' என்றார்.

'சொன்னேனே' என்றேன்.

'பொய் சொன்னாய். நீ அலிபாபாவின் ஆள் இல்லை. போன் வந்தது. ராம்சிங்! பேனாக் கத்தி கொண்டு வா, நம் விருந்தாளியின் ரத்தம் என்ன க்ரூப் என்று பார்க்க வேண்டும்'.

நான் உடனே எழுந்து, நிலைமையைப் பரிசீலித்தேன். அவர்கள் மூவரும் திரிசூலம்போல என்னை அணுகிக்கொண்டிருந்தார்கள். எல்லோரும் என்னையே பார்த்துக்கொண்டிருக்க, மெதுவாக - மெதுவாக அலட்சியமாக அணுகினார்கள். பின்னால் சோபா! அதற்குப் பின்னால் சுவர். இடப்பக்க வெளியே போனால் வாயில். என்னை அவர்கள் தப்ப விடப்போவதில்லை. மூன்று பேர்.

'நில்லுங்கள்' என்றேன். நின்றார்கள். ஏனென்றால், என் கையிலிருந்து பெரேட்டா அவர்களை நிற்கச் செய்தது. அந்தத் துப்பாக்கியின் கறுப்பு, பளிச்சிடும் உக்ரம் அவர்களைத் தயங்கச் செய்தது.

'கையில் காலித் துப்பாக்கி என்று எண்ணாதீர்கள்!' என்று மேலே தொங்கிய லைட்டை நோக்கி 'டிய்யா' என்று சிதற அடித்தேன். அறையில் வெளிச்சம் குறைந்தது. ஒரு அறுபது வால்ட் பல்பு

இறந்தது. அதன் ஷேட் பாதரசம்போல் டான்ஸ் ஆடியது. சுமதி 'வீல்' என்று கத்தினாள். அடுத்த தோட்டாவில், மீன் தொட்டி சிதறித் தரையில் மீன்கள் துடித்தன.

'கிட்டே வராதீர்கள். கொல்ல மாட்டேன். ஆனால், முட்டியைப் பெயர்த்துவிடுவேன்!' அவர்கள் வரவில்லை.

'திரும்புங்கள்' என்றேன். திரும்பினார்கள்.

'நடவுங்கள்!'

நடந்தார்கள்.

பெரியவர் முதுகில் துப்பாக்கியைப் பதித்து, 'சுமதி' என்றேன்.

அவள், 'கொல்லாதீர்கள். ப்ளீஸ்!' என்றாள்.

'கொல்லமாட்டேன். அந்த ஜாதி இல்லை நான். சமர்த்தாக உள்ளே போய் அந்த டிரான்ஸிஸ்டர்களை எடுத்துவா'.

'சுமதி, போகாதே!' என்றார் அவர்.

'சுமதி, போ' என்றேன் நான்.

முட்டாள் நான்! சுமதியை அதுவரை பார்க்காமல் பேசினவன். இப்பொழுது பார்த்துப் பேசிவிட்டேன். அந்தச் சமயம் பார்த்து, அந்த ராம்சிங்கோ எவனோ என் மேல் பாய்ந்து என் துப்பாக்கியைத் தட்டிவிட்டான். அதை நோக்கி நடேசன் ஓட, அவனை நான் இடற, மூவரும் கதம்பமாக விழுந்தோம். எழுந்தோம். நான் என் வலது கை முஷ்டியால் அவன் தாடைப் பிரதேசத்தில் வெடித்தேன். சிதறினான். அதற்குள் நடேசனைக் கவனிக்கவேண்டியிருந்தது. மாறுதலுக்கு, அவன் வயிற்றில் உதைத்தேன். அவன் தன் தாயைக் கூப்பிட்டுக்கொண்டு பின் வாங்கினான்.

பெரியவர், சண்டையில் கலந்துகொள்ள விருப்பமில்லாமல் துப்பாக்கியை நோக்கி ஓட... நான் எகிறிக் குதித்து அவர் முழங் காலைப் பிடித்து வீழ்த்தி, வலது கையை மிகப் பிரயத்தனமாக நீட்டித் துப்பாக்கியை அடைய முயற்சிக்குமுன், க்யூடெக்ஸ் அணிந்த பாதம் ஒன்று என் கையை மிதித்தது. தரை மட்டத் திலிருந்து நிமிர்ந்தால், சுமதி அவளை வாரிவிட மனமில்லாமல், மாட்டிக்கொண்டேன். அவளைக் கண்டவுடன் ஏற்பட்ட

தயக்கத்தை உபயோகப்படுத்திக்கொண்டு ராம்சிங் துப்பாக்கியைப் பறித்துவிட்டான். அதை ஆட்டிக்கொண்டே 'எழுந்திரு' என்றான்.

மற்ற எல்லோரும் எழுந்தோம்.

நடேசன், 'இவனைக் கட்டிப்போடு. இவன் அபாயகரமானவன். சுமதி, பீரோவில் நைலான் கயிறு இருக்கிறது எடுத்துவா' என்றான்.

என்னை நிதானமாகக் கட்டினார்கள். கடைசி முடிச்சு போட்ட பின், என் வாயில் ஒரு சிகரெட்டை வைத்து அதைப் பற்ற வைத்துவிட்டு, (நான் தேங்க்ஸ்) 'சொல்லு' என்றார் பெரியவர்.

'என்ன சொல்ல வேண்டும்?'

'நீ யார் ஆள்?'

'தனி'.

'சர்க்கார் ஆசாமிதானே?'

'இல்லை'.

'உனக்கு என்ன வயசு?'

'இருபத்தி சொச்சம்'.

'ஏன்? இருபத்தி சொச்சம் வாழ்ந்தால் போதுமா உனக்கு? அநாவசியமாக பெரிய கைகளுடன் மோதுகிறாயா? உருத் தெரியாமல் அடித்துவிடுவோம்! தெரியுமா?'

நான் சிரித்தேன்.

'நான் சொல்வது ஜோக் இல்லை' என்று அடிக்க ஓங்கினான் நடேசன்.

'அநாவசியத்துக்கு அடிக்காதீர்கள்,' என்றாள் சுமதி. நான் அவளைப் பார்த்து 'ஹலோ' என்றேன்.

'நீ யார்? அரசாங்க ஆளா? இல்லை, வேறு யாராவதா?'

'சொன்னேனே, ஸோலோ என்று!'

'இவன் சொல்லமாட்டான்'.

‘சொல்லவைக்கலாமா? சுமதி, டாக்டரைக் கூப்பிட்டு உடனே வரச் சொல்லு’ என்றார்.

‘டாக்டர்! யார் அது?’ என்றேன்.

‘உன்னைப் பேச வைக்கக்கூடிய டாக்டர்!’

‘அப்படியா? ஒன்று மட்டும் சொல்கிறேன். என்னைக் கட்டாயத்தினால் பேசவைக்க முடியாது’.

‘டாக்டர் கட்டாயப்படுத்தமாட்டார். டாக்டர் ரொம்ப நல்லவர். இனிமையாகப் பேசுவார். என் அருமை ஜேம்ஸ்பாண்ட்!’ என்றார்.

‘டாக்டர், இவன்தான்!’

‘டாக்டர், ஹலோ’ என்றார்.

நான், ‘ஹலோ டாக்டர்! என்னிடம் நீங்கள் ஏமாறப்போகிறீர்கள். என்னை நீங்கள் பேசவைக்க முடியாது. உங்கள் ‘மைஸின்’கள் எல்லாம் விரயமாகிவிடும்’ என்றேன்.

‘அப்படியா?’ என்று சிரித்தார். பெட்டியைத் திறந்தார். ஸிரஞ்சைப் பொருத்தி, அதன் முகத்தில் ஊசியைப் பொருத்தி, இரண்டு தடவை பம்ப் பண்ணிப் பார்த்துவிட்டு, டிஸ்டில்டு வாட்டர் உறிஞ்சிக் கொண்டு, அதை மருந்து பாட்டிலுக்குள் ஏற்றி, அதைக் குலுக்கிக் கரைத்து, மறுபடி ஸிரஞ்சுக்குள் வாங்கிக்கொண்டு, ‘ப்ளீச்’ என்று ஒன்றிரண்டு துளியைச் சிதற விட்டுவிட்டு என்னிடம் வந்தார். ‘ஸ்டெரிலைஸ் பண்ணவில்லையே?’ என்றேன். ‘கவலைப் படாதே’ என்றார்.

என்னை அவர்கள் அநாவசியத்துக்கும் பிடித்துக்கொள்ள, என் இடது புஜத்தில் அம்மைத் தழும்பின் கீழ் குறிவைத்துத் தடவிக் கொடுத்து, மேலே கட்டுப்போட்டு ரத்தக்குழாயின் பச்சை வெடிப்புக்குக் காத்திருந்து, வலிக்காமல் ஒரு 5 டிகிரி கோணத்தில் ஊசியை ஏற்றி, கொஞ்சம் ரத்தம் வாங்கிக்கொண்டு மருந்தைக் கலக்கவைத்து உள் செலுத்தினார்.

‘பெண்டதாலா?’ என்று நான் கேட்டு முடிப்பதற்குள், மயங்கி விழுந்...

எனக்கு பிரக்ஞை வந்தபோது, ஒரு அறையில் கட்டிலில் கிடந்தேன். அறை சுத்தமாகத்தான் இருந்தது. ஆனால், ஜன்னல்

கதவுகள் எல்லாம் திடமாகத் தயாரிக்கப்பட்டிருந்தன. இரும்புக் கம்பிகள் சூழ்ந்திருந்தன.

நான் தலையைச் சிலிர்த்துக்கொண்டேன். உடம்பெல்லாம் வலித்தது. யோசித்தேன். தப்பிக்க வேண்டும். முதலில் அது என்ன இடம்? தெரியவில்லை. ஆனால், நான் தப்பிக்க வேண்டியது மிக அவசியம். நேரம் அதிகமில்லை. உடனே தப்பிக்க வேண்டும். என் மேலிடத்துக்குத் தகவல் தெரிவிக்க வேண்டும். முக்கியம்.

என் பைக்குள் தேடினேன். நல்லவேளை, சிகரெட் பெட்டியும் லைட்டரும் இருந்தன. லைட்டர் இருந்தது. அது முக்கியம். லைட்டரின் மூடிக்குள்ளிருந்து ஏரியலை உருவினேன். அதன் பக்கத்தில் இருந்த நட்டைத் திறந்ததும் தெரிந்த 'மினி' மைக்கில் பேசினேன்.

'ஹலோ ஹெட்குவார்ட்டர்ஸ்! ஏஜெண்ட் ஓ ஸெவன் ஸெவன் அபாயத்தில் இருக்கிறேன். ஹியர் இஸ் எ டிரான்ஸ்மிஷன் ஃபார் பேரிங் ஒன் டு த்ரீ ஃபோர் ஃபைவ் ஃபைவ் ஃபோர் த்ரீ டு ஒன் ஜீரோ... டு யூ ரீட் மீ? ஒன்.. டூ.. த்ரீ.. ஃபோர்.. பைவ்...'

'என்ன டாக்டர் எண்ணுகிறான்?' என்றாள் சுமதி. வெளியி லிருந்து ஒட்டுக்கேட்டுக்கொண்டே.

டாக்டர், 'ஹெட் குவார்ட்டஸுக்குச் செய்தி அனுப்புகிறானாம்' என்றார்.

'எனக்குப் புரியவில்லை டாக்டர். திடீரென்று இப்படி ஆகிவிட் டான். துப்பாக்கி என்கிறான். சுடுவேன் என்கிறான். நடேசனையும் அப்பாவையும் என்ன பாடுபடுத்திவிட்டான். ஹெராயின் கடத்து கிறோமாம், டிரான்ஸிஸ்டராம், பெரோட்டாவாம், மீன் தொட்டியை உடைத்து, பல்பை உடைத்து, கட்டிப்போட வேண்டியதாகிவிட்டது. நீங்கள் வரவில்லை என்றால்...'

'மிஸ் சுமதி. உங்கள் மாமா பையன் ரொம்ப இன்டலிஜெண்ட். ஆனால், கற்பனை ஜாஸ்தி! ஏகப்பட்ட ஜேம்ஸ்பாண்ட் நாவல் களையும், ஸ்பை பிக்சர்களையும் பார்த்து, புத்தி பேதலித்து விட்டிருக்கிறது. பேரானாய்ட் டெண்டென்ஸி இருக்கிறது. ஷிட்ஸாய்டு, சில வேளைகளில் முழுவதும் கற்பனை உலகில் இருக்கிறான். தீபாவளி பட்டாஸ் வெடித்தால் துப்பாக்கி வெடிக் கிறது. சொந்த மாமா ஓபியம் கடத்துபவர், வேலைக்காரர்கள்

ரௌடிகள், இன்சுலின் ஷாக் அல்லது எலக்ட்ரிக் ஷாக் கொடுத்தால் சரியாகலாம். முதலில் அவனுக்கு ரெஸ்ட் தேவை...'

'எண்ட் ஆஃப் டிரான்ஸ்மிஷன் ரோஜர் அண்ட் அவுட்!' அது லைட்டர் இல்லை. ஒரு பாக்கெட் ரேடியோ. டிரான்ஸிஸ்டர் அது. மேலிடத்துக்குத் தகவல் தெரிவித்துவிட்டேன். அரைமணியில் அவர்கள் வந்துவிடுவார்கள். முப்பதே நிமிஷத்தில்... கவலைப்படாதீர்கள்... தப்பித்துவிடுவேன். வெளியே வந்து விடுவேன்!

லட்சாதிபதிகளைக் கொல்வது பற்றி...

இந்த ஏப்ரலுக்கு, 59 வயது நிறைவுபெறும் விநோதமான லட்சாதிபதியான திருவேங்கடம் அவர்கள் சொல்வது -

எனக்கு வாழப் பிடிக்கும். 59-ஐ நடுத்தர வயது என்று கொள்பவன் நான். ஐரோப்பா போயிருக்கிறேன். ஸ்ட்ரிப்டீஸ் எல்லாம் பார்த்திருக்கிறேன். நான் கல்யாணம் செய்துகொள்ளவில்லை. அதற்கு அவசியம் என் வாழ்வில் தென்படவில்லை. ஆதலால், என் மகன் - என் நிஜ மகனில்லை, வளர்ப்பு மகன் - அவனைப் பற்றி மேல் விவரங்களைச் சற்றுப் பொறுத்துச் சொல்கிறேன்.

நான் சென்ற இரண்டாவது உலக யுத்தத்தில் ராணுவத்தில் இருந்தவன். நடு கிழக்கு நாடுகளில், பாலைவனங்களில் ரோம்மெலின் படைக்கு எதிராகப் போரிட்டிருக்கிறேன். சாதாரண சிப்பாயாகச் சேர்ந்த நான், கமிஷண்ட் ஆபீசராக உயர்ந்தவன். சண்டை என்றால் அது சண்டை. இறந்தவர்களும் இருந்தவர்களும், என் தோள்பட்டை எலும்பு முறிந்ததும், என்னுள் இன்னும் பத்திரமாக எங்கோ இருக்கும் குண்டுத்துண்டும் - அது சண்டை சாமி! அந்த ராணுவக் கட்டுப்பாடு என் ரத்தத்தில் கலந்துவிட்டது. பிழைத்து வந்த பிறபாடும் அந்தக் கட்டுப்பாட்டை என் வாழ்க்கையில், என் தொழிலில் அமைத்துக் கொண்டேன். அதனால், எனக்குப் பணம் நிறைய சேர்ந்தது. அதிர்ஷ்டமும் உதவியிருக்கலாம்.

எனக்கு எல்லாமே ராணுவத்தைப்போல இருக்க வேண்டும். நடக்க வேண்டும். என்னைச் சுற்றி இருப்பவர்களும் அவ்விதமே நடக்க வேண்டும்.

அந்த ஊரின் (திருச்சி) மேற்குப் பாகத்தில் இருக்கும் மைதானத்தில் என்னைப் பார்க்கிறீர்கள் என்றால் அப்போது மணி 6.06 காலை. என் வீட்டின் கிராதி கேட்டைத் தாண்டி, சரியாக 126 தப்படி நடந்து, பட்டை பட்டையான, பாதசாரிகள் குறுக்கே கடக்கும் பகுதியில், அந்தப் பக்கம் சென்று ஆயிரத்து முன்னூற்று மூன்று அல்லது நாலு தப்படி நடந்தால் மைதானம். 6.06, நீங்கள் கைக்கடிகாரத்தைத் திருத்திக்கொள்ளலாம். சாப்பாட்டு விஷயத்திலும் அப்படித்தான். தூக்க விஷயத்திலும் அப்படித்தான். எல்லாவற்றிலும் என் ராணுவம் தெரியும். இதை என் மகன் வெறுக்கிறான். இளைஞன். அதனால், நான் சொல்வதில் செய்வதில் உள்ள நன்மைகளை அறிய நிறையக் காலமாகும். ஆனால், என் கோபம் அவனுக்குத் தெரியும். என்னைச் சார்ந்து, என் நிழலில் இருக்கும்வரை என் கட்டளைக்குக் கீழ்ப்படிந்துதான் ஆக வேண்டும். இது அவனுக்குத் தெரியும். இல்லாவிட்டால் சோறு கிடைக்காது, கை காலை வெட்டி விடுவேன். ரைஃபிளைத் தூக்கிக்கொண்டு ஓடச் செய்வேன். எதுவேண்டுமானாலும் செய்வேன். அவனுக்குத் தெரியும். மீற மாட்டான்.

அவன் பெயர் ராஜா. ஆனால், ராஜா இல்லை அவன். ஒரு ராஜாவின் சேவகன், காரியதரிசி! சில வேளைகளில் மகன். என்னிடம் அடிப்பட்டவன். என்னால் அணைக்கப்பட்டவன். என்னிடம் பாசம் என்பது இருப்பதாகத் தெரியவில்லை. என் பாசம் மனிதர்கள் மேல் இல்லை. நீலவானத்தில் நான் சுடும் துப்பாக்கி மேல் எனக்குப் பாசம். எத்தனையோ துப்பாக்கிகள். குறி தவறமாட்டேன். ஆரோக்கிய வாழ்க்கையின் மேல் எனக்குப் பாசம் இருந்தால், இவன்மேல்தான் கொஞ்சம் இருக்க வேண்டும். ராஜா, கடமைக்குத்தான் கட்டுப்பட்டிருக்கிறான். ஆனால், ராஜாவுக்குத்தான் என் சொத்து முழுவதும். அவன்மேல் எனக்கு அக்கறை உண்டு. அவனை உயர்த்த, தகுதியுள்ள மனிதனாக ஆக்க ஆசையுண்டு.

இதை அவன் உணராமல் பயந்து பயந்து சாகிறான்.

வளர்ப்பு மகனும், வாரிசும், அடிக்கடி நகத்தைக் கடிக்கும் பழக்கம் உள்ளவனுமான ராஜா எனப்படும் ராஜாராமன் சொல்வது -

ஐயா! இதைப் படிக்கிறவங்களே! நீங்க என் ஜன்ம வைரியா இருந்தால்கூட, என் பிழைப்பு உங்களுக்கு வேண்டாம். இது என்ன பிழைப்பு!

காலை எழுந்த உடனே, குளிர்காலமோ கோடையோ, பச்சைத் தண்ணிலே குளித்துவிட்டு, ஷேவ் (தினம்) செய்து, பூட்ஸ் பாலீஷ் போட்டுட்டு, வெள்ளைச் சட்டை, வெள்ளைப் பேண்ட் போட்டுண்டு, 7.43க்கு நாஸ்தாவுக்கு உட்கார்ந்துட வேணும். 7.43. 42 இல்லை 44 இல்லை. என்ன நாஸ்தா? சுட்ட ரொட்டி, பட்டாணி ஜூஸ் ஆம். பட்டாணி ஜூஸ்! பட்டாணியை எவ்வளவோ விதத்திலே பாகம் பண்ணலாம். அவருக்கு ஜூஸ்! ஏதோ ஒரு வைத்தியப் புஸ்தகத்திலே, அதிக நாள் வாழறதுக்கு பட்டாணி ஜூஸ் என்று ஒரு அல்பாயுஸ் எழுதிட்டான்.

அதைப் பிடித்துக்கொண்டுவிட்டார். எல்லோருக்கும் ஜூஸ். அப்புறம் 9.14 வரைக்கும், ராமகிருஷ்ணரின் உபதேசங்களைப் படிக்க வேண்டும். ராமகிருஷ்ணர் நல்ல 'ரைட்டர்'தான். ஒப்புக் கொள்கிறேன். ஆனால், ஸ்டான்லி கார்டனருக்கு ஈடாகுமா? சொல்ல முடியலையே! 10.15-க்கு, முதல் தின செலவை லெட்ஜரில் எழுதி இருக்கிறதைப் பழுது பார்த்து இனிஷியல் போடுவார். அப்புறம், பதினைந்து நிமிடம் இரண்டு பேரும் ஓடுவோம். 'ஐஸோமெட்ரிக்' பயிற்சிகள் - இதென்னய்யா! வீடா, ரயில்வே கால அட்டவணையா?

1.45-க்கு சாப்பாடு. சாப்பிடுன்னா காய்கறி கணக்கில்லை. கலோரி கணக்கு. புரதம் இவ்வளவு, கார்போஹைட்ரேட் இவ்வளவு. உப்பில்லாத சாப்பாடு. (அதுதான் இவர்கிட்டே எனக்கு விசுவாசமே இல்லை).

இந்த மாதிரி ஆசாமிகிட்டே காசு கிடைக்குமா, சொல்லுங்கள்? இவர் சொத்துப் பூரா எனக்குத்தான்னு சொல்றாங்க. எப்ப வரும்? இவராவது சாவதாவது! மத்தியானம் தூங்கக் கூடாது? ஒரு ராவா மசாலா உண்டா? கேவலம் பத்து பைசா சிகரெட் உண்டா? ம்ஹூம்! அன்னிக்கு பாத்ரூம்லே வாசனை தெரிஞ்சு, எனக்கு என்ன தண்டனை தெரியுமா? ரைஃபிளைத் தூக்கிண்டு, புட்பால் மைதானத்தைப் பன்னிரண்டு தடவை சுத்தி ஓட வெச்சார். ராணுவத்திலே அப்படித்தானாம். காப்பி கிடையாது. பால்தான். இன்னும் கொஞ்சம் பால், பட்டாணி, பச்சை காய்கறிகள், முயல் மாதிரி கேரட்டைக் கடிக்க வைப்பார். மனுஷனாலே சமாளிக்க முடியுமா சார்?

அதனாலே...

அதனாலே...

அதனாலே...

பெரியவரை நான் கொன்றுவிட முடிவு செஞ்சதைப் பத்தி, நீங்க ஆச்சரியமே பட வேண்டாம்.

எப்படித் திட்டமிட்டேன், சொல்லட்டுமா?

முதலில் அதாவது ஒன்று, அவசரமே படவில்லை. பெரியவர் கிட்டே இருந்து நான் கத்துண்டது ஏதாவது இருந்தால், அது அவருடைய மிலிட்டரி சாகசம். அவரைக் கொல்ல எனக்கு ஆயுத மெல்லாம் வீட்டிலே இருந்தது சார். தினுசு, தினுசா துப்பாக்கி. சின்னத் துப்பாக்கி, பெரிய துப்பாக்கி. துப்பாக்கியை எப்படி உபயோகிக்கிறது என்கிறதை எனக்கு விளக்கமாகச் சொல்லித் தந்திருந்தார். திருடன் வந்தா எப்படிச் சுடணும். நரி வந்தா எப்படிச் சுடணும். வாத்தை எப்படிச் சுடணும்.

நான் உபயோகிக்க நினைத்த துப்பாக்கியை எங்கே வெச்சிருக் கார்? அதுவும் தெரியும் எனக்கு. மாடியிலே அவர் அறையிலே அவர் மேஜையிலே இரண்டாவது டிராயரிலே. எல்லாம் தெரியும் சார். அவரைக் கொல்வது படு சுலபம். ஆனா மாட்டிக்காம கொல்றது அவ்வளவு சுலபமில்லை. வேலைக்காரர்கள் வீட்டுக்குப் போயிட்டா, நானும் அவரும் தனியாகத்தான் இருக் கோம். (காலுக்குத் தைலம் தேச்சுவிடுவேன். விவேகானந்தர் படிப்பேன்) அவர் தூங்கினதும் மெதுவா... அப்பம் மாதிரி அடி எடுத்து வெச்சு அந்த மேஜையோட இழுப்பறையை சத்தமே போடாம திறந்து, துப்பாக்கியை எடுத்து அவர் மார்புக்குப் பக்கத்திலே வெச்சு அதனோட குதிரையை அப்படி லேசா 'க்ளிக்' - அவ்வளவுதானே!

அவ்வளவு லேசில்லை சாமி! காரணங்கள் வருவன: 1. பெரி யவரை நான் கொல்றதுக்குக் காரணம், அவர் எனக்கு எழுதி வெச்சிருக்கிற சொத்து. சுடப்பட்டு இறந்திருக்கிற அவரைப் பார்த்ததும், போலீஸ்காரங்கள் என்ன கேப்பாங்க? பாத்ரூம் எங்கே இருக்குன்னா? ம்ஹூம்! 'இந்த ஆளுக்கு யாருப்பா வாரிசு'ன்னு கேப்பாங்க. ராஜாராமனா? ராஜாராமன் வாப்பா இங்கே. நட ஸ்டேஷனுக்கு'ன்னு கூட்டிப்போய் பின்பக்கமா

அழைச்சுண்டுபோய் பெல்ட்டாலே வீறு வீறுன்னு வீறினா, நான் கென்னடியைக் கொன்னதாகக்கூட சூடம் கொளுத்தி அணைச்சு சத்தியம் பண்ணிடுவேன். எனக்கு அடி தாங்காது. உடம்பு வாகு அப்படி.

எனவே...

கொலை நடக்கிறபோது நான் ஊரிலேயே இருக்கக் கூடாது அல்லது நான் அந்தச் சமயம் வேறு எங்கேயோ இருந்தேன்னு ஷ்ட்ராங்கா நிரூபிக்கணும்.

2. அந்தப் பாழும் துப்பாக்கி ஏகப்பட்ட சத்தம் போடும். நாங்க இருந்த வீடு, காம்பவுண்டு சுவர் இருந்தாலும் துப்பாக்கி சத்தம் இரண்டு பக்கத்து வீட்டிலேயும் கேட்கும். இந்தப் பக்கம் - அதாவது கிழக்குப் பக்கம் - வசிக்கும் பட்சி 'முணுக்'குணா எழுந்துவிடும். தூங்காப் பிராணி ஆந்தை. 'என்ன ஓசை'ன்னு வேஷ்டியை முடிஞ்சுண்டு வந்துவிடும். பெரியவரைக் கொல்ற துக்கு முன்னாலே அந்தப் பட்சியையும் கொன்னுட்டுத்தான்... அது முடியாத காரியம்.

எனவே -

இதைப் பற்றி தீவிரமா யோசிச்சபோது, திடீர்னு எனக்கு ஒரு ஐடியா உதயமாச்சு பாருங்க சார்! துப்பாக்கி சத்தம், வெடி சத்தம் கேட்டாக்கூட யாரும் பொருட்படுத்தாத நாள் எது? தீபாவளி அன்னிக்கு ராத்திரி அந்தக் காரியத்தை நடத்தினா!

என்ன மூளை பாருங்கள், ராஜாராமன் மூளை! அப்புறம், என்னோட முதல் அப்ஜக்ஷனுக்கு நான் என்ன செய்தேன் என்றதை சமயம் வரும்போது சொல்கிறேன்.

திருவேங்கடம்

மிகவும் பயந்துகொண்டு பணிவுடன், பக்தியுடன் ராஜாராமன் என்னை வந்து கேட்டான். அவன் சிநேகிதன் ஒருத்தன் அவனுக்குக் கடிதம் எழுதியிருக்கிறானாம். தீபாளிக்கு அவனை சென்னைக்குக் கூப்பிட்டிருக்கிறானாம். சென்றுவிட்டு தீபாவளி கழித்து இரண்டு நாள்கள் ஆனபின் வருகிறேன் என்று சொன்னான். எனக்கு ஏதும் ஆட்சேபணை இல்லையென்றால், அனுமதித்தால், செலவுக்குப் பணம் தந்தால்... அவன் கையில் அந்தக் கடிதம் நடுங்கியது. நேராகப் பார்க்கத் தைரியம் இல்லை. நடுங்கிச் சாகிறான்.

எனக்கு அந்தத் தருணத்தில் அவனிடம் இரக்கம் ஏற்பட்டது. சின்னப் பையன். இளைஞன், ஒரு பொழுதுபோக்கும் இல்லாமல் இந்த வீட்டிலேயே சேவகம் செய்துகொண்டு அடைபட்டிருக் கிறான். இவனம் வெளியுலகத்தைப் பார்க்க வேண்டாமா? நகர வாழ்க்கையின் தினுசுகளைச் சந்திக்க வேண்டாமா? இந்தத் திருச்சியிலேயே அவன் எப்பொழுது வீட்டைவிட்டு வெளியே சென்றிருக்கிறான்? எப்பொழுது அனுமதித்திருக்கிறேன்? போகட்டும். சில தினங்கள் சுதந்தரமாக அலையட்டும். பார்க்கப் போனால், அவன் என் வாரிசு!

அனுமதித்தேன். கண்களில் சந்தோஷக் கண்ணீருடன் அவன் 'வந்தனம் ஐயா' என்றபோது, எனக்கு மறுபடி அவன்மேல் இரக்கம் ஏற்பட்டது. முட்டாளே! உன்னை இவ்வளவு தூரம் டிஸிப்ளின் அமைத்து வளர்த்தது எல்லாம் உன் நன்மைக்குத்தாண்டா என்று சொல்ல என் தன்மை இடம் கொடுக்கவில்லை.

ராஜாராமன்

முதல் படி தாண்டிவிட்டேன்! எனக்கு 'திக் திக்' என்கிறது. 'எங்கே லெட்டரை' காட்டு பார்க்கலாம்! யார் அந்த சிநேகிதன்? அவன் அட்ரஸ் என்னன்னு அய்யா கேட்டிருந்தால் தொலைஞ்சேன்! சுலபமா சம்மதிச்சுட்டார். அவர் போறாத காலம்! செலவுக்கு பணம் தாராளமாகவே கொடுத்தார். என் மனசிலே திட்டம் பர்ஃபெக்டா உருவாயிடுச்சு சார்!

டே-எக்ஸ்பிரஸ்ஸை மெட்ராஸுக்கு பிடிச்சேன். ரெயில்லே உக்காந்து க்றீச்சினு ஒரு பனாமா பத்த வெச்சுண்டேன். 'நீச்சலடி சுந்தரி'ன்னு எட்டணாவுக்குப் புஸ்தகம் வாங்கினேன். அதுலே மனசு ஓடலை. பனாமாவை உயிர் காத்த தோழின் மாதிரி ஒரு இழுப்பு இழுத்துண்டு யோசித்தேன். என்ன? இன்னிக்கு தேதி ஸச் அண் ஸச்... நாலு நாளிலே தீபாவளி. தீபாவளி அன்னிக்கு வேலை நடந்தாகணும். அப்பத்தான் சத்தம் கேட்டாலும், எவனோ லட்சுமி வெடி வெடிக்கிறான்னு பக்கத்து வீட்டு ஜனங்கள் பொருட்படுத்தாது.

தீபாவளி அன்னிக்கு ராத்திரி மட்டும் ரகசியமா திரும்பி வர உத்தேசித்திருந்தேன். காரியத்தை முடிச்சுட்டு ராவோட ராவா மறுபடி மெட்ராஸ். தீபாவளி வரை பட்டணத்திலே சுத்தணும். ஐயாவுக்கு தெரிஞ்ச அத்தனை பேரையும் சந்திக்கணும். தீபாவளி அன்னிக்கு அங்கே இருந்ததா ப்ரூஃப் காட்டணும்.

பட்டணத்திலே போனதும், ஒரு பாடாவதி ஓட்டல்லே தங்கினேன். ஒரு அம்மா வந்து தட்டி ஏதாவது வேணுமான்னு கேட்டாங்க. அவ்வளவுதான். டபிள் ரைட்டிலே அந்த இடத்தை விட்டு விலகி, ஐயாவோட வக்கீல் சார் இருக்கார், மந்தைவெளி யில். அவர் வீட்டுக்குப் போனேன். அவர் வீட்டிலே இளசா ஒரு பொண்ணு இருந்தது. வக்கீல் ஸாருக்கு நான் யாருன்னு தெரியும். அதாவது, ஆள் இப்ப பேபார்ஸா இருந்தாலும், பிற்காலத்திலே சொத்துக்கு உரியவன்னு தெரியும். அதனாலே, கூடத்திலே உக்கார வெச்சு ஃபேனைப் போட்டு டிபன் கொடுத்தார். அவர் பெண்ணை என்னோட பேச அனுமதிச்சார். அது பேர் பாப்பா. பாப்பா, கண்ணிலே மட்டும்தான். மற்ற இடங்களில் எல்லாம் 'டாப்'பா இருந்தது. 'தேன்கிண்ணம்' வெச்சு, சுசீலாகூட சேர்ந்து க்றீச்சுன்னு ஸ்லேட்லே ஆணி கிழிக்கிறாப்பல பாடிச்சு. அப்பவும் 'நீங்க இங்கேயே இருந்துடுங்களேன். ரொம்ப தாமாஷா பேசறீங்களே'ன்னு கொஞ்சம் என்கரேஜ்மெண்ட் கொடுக்கலே. அதை ஒரு ஜெய்சங்கர் படத்துக்கு அழைச்சிண்டு போய் பாப்கார்ன் எல்லாம் வாங்கிக்கொடுத்து ம்ஹூம்! கடைசிலே 'ரொம்ப தாங்க்ஸ் மாமா'ங்கறா. மாமாவாம்! செருப்பாலே அடி!

அப்புறம் தனியாத்தான் அலைஞ்சேன். நிறையப் பேருங்களைப் பார்த்தேன். எல்லாம் ஐயாவுக்குத் தெரிஞ்சவங்க. அப்புறம் ஏதோ ஒரு ஓட்டல்லே டான்ஸ், ஜாஸ்தி போட்டுக்காம ஆடறாங்கன்னு கேள்விப்பட்டு, அங்கே போனா வேஷ்டியை அவுத்துண்டு, பேண்ட் போட்டுக்கிட்டு வாங்கன்னு வாசல்லே இங்கிலீஷ்ல சொன்னான். போடா பயலேன்னு டமில்லே திட்டிட்டு வந்துட்டேன். அப்புறம் ஒரு தீபாவளி ரிலீஸுக்கு 'அட்வான்ஸ் புக்கிங்' பண்ணினேன். ஸிட்டியிலே இருந்ததாகக் காண்பிக் கணுமே... இரண்டு நாள் அலைஞ்சேன். இரண்டு நாளா, மூணு நாளான்னு ஞாபகமில்லே.

தீபாவளிக்கு முதல் நாள்.

திருச்சிக்கு ரெயிலேறிட்டேன். மறுநாள் ராத்திரி தீபாவளி. ரயில்லே சரியான கூட்டம். என் மூக்குக்கிட்டே ஒருத்தர் தூங்கறார். அவர் மூக்குக்கிட்டே இன்னொருத்தர் தூங்கறார். சீரங்கத்திலே இறங்கிவிட்டேன். திருச்சி வரை போகலை. சீரங்கம் எனக்கு அவ்வளவு பழக்கமில்லை. தெரிஞ்சவங்க கிடையாது. அப்படியே நேரா நடந்தேன். தேர் வந்தது. கோயில்

வந்தது. கொள்ளிடத்திலே குளிச்சேன். ஒரு ஐயர் ஓட்டல்லே உள்ளே போய் உட்கார்ந்து நல்லா சாப்பிட்டேன். மறுபடி கோயிலுக்குள்ளே வந்து மண்டபத்திலே குதிரை சிலைக்குப் பின்னாலே படுத்துட்டேன். மத்தியானம் தகரக் கொட்டகை சினிமாவிலே போயி உக்காந்தேன். அதிலேயும் சுடறாங்க. இருட்டினதும் சினிமாவை விட்டு வெளியே வந்தேன். கடைத் தெரு பக்கம் போகலை. ஓரத்திலே ஒரு கடையிலே ஒரு வேஷ்டி வாங்கினேன். மறுபடி ஒரு சின்ன ஓட்டல்லே போய்ச் சாப்பிட்டேன். தில்லை நகருக்கு பஸ் ஏறி, டிரைவருக்குப் பின்னாலே ஓரத்து ஸீட்லே உக்காந்து தலைவலி மாதிரி தலையிலே கர்ச்சீப் கட்டிண்டு குனிஞ்சு கொண்டேன். தில்லை நகருக்கு ஒரு ஸ்டாப் முன்னாலேயே இறங்கிட்டேன். வயக் காட்டுப் பக்கமா இறங்கி நடந்து எங்க வீட்டுக்கு - என் வீட்டுக்கு - பின் பக்கமா வந்து தோட்டத்துக் கதவு வழியா நுழைஞ்சு, வீட்டு உள் வாசல் கதவிலே இருக்கிற காலிங்பெல்லை நான் அழுத்தின வரைக்கும் என்னை ஒரு ஈ கவனிக்கலை. வெளியே தெருவிலே அவங்க அவங்க அமர்க்களமா பட்டாசு கொளுத்திண்டிருக் காங்க. அதோ நானும் வெடிக்கப்போறேன். நானும்தான் வெடிக்கப்போறேன்... பட்டாசு இல்லை.

திருவேங்கடம்

யார் என்று கதவைத் திறந்தால், இந்தப் பயல் ராஜாராமன் நிற்கிறான். 'என்னடா, தீபாவளி கழித்துத்தான் வருவேன் என்று சொன்னானே?' என்று கேட்டால், அவன் சொன்னான் - 'ஐயா, எனக்கு மெட்ராஸ் சரிப்பட்டு வரலை. இத்தனை வருஷம் தீபாவளிக்கு உங்களோட இருந்திருக்கிறேன். உங்க ஞாபகம் வந்துடுத்து. மத்தியானம் வண்டியைப் பிடிச்சு ஓடியே வந்துட்டேன். உங்களுக்காக ஒரு வேஷ்டி வாங்கி வந்தேன்'.

முதன் முதலாக எனக்கு அவன் மேல் சற்றுப் பாசம் ஏற்பட்டது.

'சரி, போ, சாப்பிட்டாயா? சமையற்காரன்கூடப் போய்விட் டானே' என்றேன். களைத்திருந்தான்.

'சாப்பிட்டேன்' என்றான்.

'குத்தகைக்காரன் பலகாரம், பட்டாசு எல்லாம் கொண்டுவந்து வைத்திருக்கிறான். பட்டாசு சுடுகிறாயா?'

'அப்புறம் சுடுகிறேன்' என்றான்.

'இன்னிக்கு ஏகப்பட்ட சத்தத்திலே ஐயாவுக்கு தூக்கம் வராது!'

'இல்லே. உள்ளே கதவைத் தாளிட்டுவிட்டுப் படு. ஏர்கண்டிஷ னுக்கு அடைச்சிருக்கிறதனாலே சத்தம் அதிகம் கேட்காது. இன்னும் ஒரு மணிக்குள்ளே சத்தம் அடங்கிவிடும்'.

'அடங்கி விடும்' என்றான்.

'சரி, போய் வேடிக்கை பார்'.

'இல்லை ஐயா. காலையிலிருந்து ரயில் பிரயாணத்தினாலே களைப்பாக இருக்கிறது. நான் கீழே படுத்துக்கறேன். நீங்க மாடிக்குப் போங்க. ஏதாவது வேண்டுமானா பட்டனை அமுக் குங்க' என்றான்.

நான் என் அறையில் வந்து படுத்துக்கொண்டேன். சற்று நேரத்தில் தூங்கிவிட்டேன். எப்பொழுதோ என் தூக்கம் கலைந்துவிட்டது. கதவைத் தட்டி, 'ஐயா ஐயா' என்று கூப்பிட்டான். இன்னும் வெளியே தீபாவளி வெடிகள் வெடித்துக்கொண்டிருந்தன.

'ஐயா, மறந்தே போய்விட்டேன். உங்களுக்குத் தினம் ராத்திரி காலுக்குத் தைலம் தேய்ப்பேன். மூணு நாளாகத் தேய்க் கலையே!' என்றான்.

'சரி வா உள்ளே!' என்றேன்.

பையன் ஆதாரமாக நல்லவன்தான்! அவன் என் காலுக்குச் சுகமாகத் தைலம் தேய்த்துக்கொண்டிருக்க, நான் மறுபடி உறங்கிவிட்டேன்.

ராஜாராமன்

ஏர்கண்டிஷன் ரூம் சார். எனக்கு வேர்க்கிறது. பட்டாசு சத்தம் கொஞ்சம் கொஞ்சமா அடங்கிக்கொண்டிருக்கிறது. ஊர் உறங்க ஆரம்பிக்கிறது. ஐயா குறட்டைவிடுகிறார். உண்மையான குறட்டைதான். மெல்ல எழுந்தேன். மேஜைப் பக்கம் போனேன்.

மேஜை டிராயரைத் திறந்தேன். துப்பாக்கியை எடுத்தேன். அறையிலே இருட்டாக இருந்தது. ஆனால், அவர் தூங்கிக் கொண்டிருக்கிற 'அவுட் லைன்' மட்டும் தெரிஞ்சது. கவனிங்க சார், க்ளோஸா கவனிங்க. அதோ பெரியவர் படுத்திருக்கிறார். என் கை நடுங்குது. இதயம் கைக்கு வந்துட்டுது. குறி வைச்சேன்.

‘பட்!’

விளக்கு ஸ்விட்சை போட்டார், ஐயா!

படுக்கைக்குப் பக்கத்திலே இருக்கிற படிக்கிற விளக்கு. எனக்கு வெலவெலத்துப் போச்சு. வேர்வையிலே குளிச்சிட்டேன். ஐயா, தன் கைக்கடிகாரத்தைப் பார்த்துக்கொண்டார். நான் இருக்கவேண்டிய காலடியிலே என்னைக் காணாமல் திரும்பி னார். என்னைப் பார்த்தார்.

‘என்னடா அது?’ என்றார்.

‘துப்பாக்கி ஐயா, பேசாதீங்க! நகராதீங்க! சுடப்போறேன்!’

‘என்னைச் சுடப்போறியா?’

‘ஆமாம்’ என்றேன். (கை ‘வெடவெட’)

‘இரு! முட்டாளே, அந்தத் துப்பாக்கியை அவ்வளவு தூரத்திலிருந்து சுட்டா குறி தவறிடும். செத்தா ஒழுங்கா சாகணும். நான் கை ஒடிஞ்சு கால் ஒடிஞ்சி, பாதி உயிரோட பிழைக்க விரும்பல! கை நடுங்கக் கூடாது. கிட்ட வா! எனக்கு எதிரே வா!’

‘வா...’

‘இப்ப சுடு’.

‘சுடுடா! நன்றிகெட்ட பயலே சுடு. ம்!’ நன்றிகெட்ட பயலே என்று சொன்னது, எனக்கு ஒரு புது ஆத்திரத்தையும் தைரியத்தையும் கொடுத்தது. இந்தக் கையையும் சேர்த்து துப்பாக்கியைப் பிடித்துக் கொண்டு, செங்குறியாக அவர் மார்பைப் பார்த்துத் துப்பாக்கி யோட குதிரையை அழுத்தினேன்.

‘டமால்!’ என்று வெடித்தது.

‘டமால்’ என்று வெடித்தது என் துப்பாக்கி இல்லை. வெளியே ஒரு ‘லேட்’டான் ஒற்றை வெடி தீபாவளி வெடி. நான் துப்பாக்கியை மறுபடி அழுத்தினேன். ‘க்ளிக்!’ ஒரு வெற்று ‘க்ளிக்’. மறுபடியும் அழுத்தினேன். ‘க்ளிக்!’ ம்ஹூம் - வெடிக்கக்காணோம். ‘ஐயா! இது வேலை செய்யாதா?’ என்று பரிதாபமாகக் கேட்டேன்.

அவர் சிரித்தார். சொன்னார் - ‘முட்டாளே, முட்டாளே, முட் டாளே! நான் மிலிட்டரிக்காரன், தெரியுமா? நான் ஒவ்வொரு

காரியத்தையும் அவ்வளவு சிஸ்டமாடிக்கா செய்கிறபோது அவ்வளவு அஜாக்கிரதையாக... கவனக்குறைவாக - திறந்த டிராயருக்குள்ளே 'லோட்' பண்ணின துப்பாக்கியை வைத்திருப் பேனா? என்னுடன் இவ்வளவு வருஷங்கள் பழகியிருக்கிறாய். இது தெரியவில்லையே ராஜாராமா? உன் கையில் இருப்பது தோட்டா இல்லாத துப்பாக்கி. வெடிக்கிற துப்பாக்கி அங்கே இருக்கிறது! தலையணைக்கு அடியிலே!'

துப்பாக்கியை எடுத்தார்.

'ஐயா, ஐயா, என்னை மன்னிச்சிடுங்க! என்... என்னை'.

'இந்தத் துப்பாக்கியிலே தோட்டா இருக்கிறது. ரிவால்வர் நிஜ மாகவே சுடும். பார்க்கிறாயா!'

'வேண்டாம் வேண்டாம்; ஐயா கடவுளே! என்னை மன்னிச் சிடுங்க'.

'ஓடாதே!'

'ஓடவில்லை, ஓடவில்லை'.

'ஓடக் கூடாது'.

'ஓடலை, ஓடலை'.

'ஓடினா என்ன ஆகும்?' 'டிட்டாங்' என்று அவர் கையிலிருந்த துப்பாக்கி ஒரு தடவை ஒலித்தது. என் இடது கால் கட்டைவிரல் நகம் பெயர்ந்தது. சற்றுத் தயக்கத்துக்குப் பின் ரத்தம் வந்தது.

அப்படியே நின்றேன். உறைந்து நின்றேன்.

ஐயா, தன் துப்பாக்கியால் முகத்தைச் சொறிந்துகொண்டார். 'இப்ப புரிகிறது. தீபாவளி அன்னிக்கு எதுக்கு அவசரமா திரும்பி வந்திருக்கேன்னு புரிகிறது. துப்பாக்கி சுட்டா - சத்தம் கேட்டா யாரும் கவனிக்கமாட்டாங்க என்றுதானே அன்னிக்குத் தேர்ந் தெடுக்கிறாய். எனக்குப் புத்தி இருக்குடா ராஜாராமா!'

'ஐயா! ஐயனே! ஐயப்பா!'

'நான் சுட்டாலும் கவனிக்கமாட்டாங்க! தெரியுமா?' ஐயா சுட்ட இரண்டாவது தோட்டா என் காதருகே சீய்த்துக்கொண்டு, சுவரில்

டிஸ்டெம்பரைப் பெயர்த்தது. என் காதில் அதன் எதிரொலி எத்தனை நேரம் கேட்டது?

'குறி தப்பவில்லை. உன் காதுக்கு இரண்டு இஞ்ச் தள்ளித்தான் குறி வச்சேன். அடுத்தது வலது காது - ஒரு இஞ்ச்!'

'ஐயா! காலிலே விழுந்து கெஞ்சிக் கேட்கிறேன். வேண்டாம், வேண்டாம். என்னை மன்னிச்சிடுங்க...'

'என்னைக் கொல்லணுமாடா உனக்கு? அவ்வளவு சுலப மில்லைடா கண்ணா!' மறுபடி குறி வைத்தார். நான் கலவரப்பட்டு ஓட ஆரம்பித்தேன். கன்னாபின்னா என்ற ஓட்டம். நான் கால் வைத்த இடத்திற்கெல்லாம் அருகே அருகே சுட்டார். கொஞ்சம் பட்டது. சிராய்த்தது. தோலின் மிக மிக மேல்பகுதியை மட்டும் விலக்கியது.

பயத்தில், அவர் செலுத்திய துப்பாக்கிக் குண்டுகள் என்னை ஆணி அடித்து பிரமிச்சு நிக்க நிக்க... நிக்க...

உரக்க அழுதேன். நின்றுகொண்டே அழுதேன்.

'இதுவரைக்கும் சற்றுத் தள்ளியே சுட்டேன். கடைசியா நேராக சுடப்போறேன்!'

மண்டிப் போட்டுக்கொண்டு சேவித்தேன்! 'ஐயா, ஐயா!' கடவுளே! இந்த தடவை மன்னிச்சிடுங்க. நான் கண் காணாம ஓடிப் போய்டறேன்! என்னை உயிரோட விட்டுடுங்க! போதும், ஓடிப் போய்டறேன்!''

அவர் நேராக என் மார்புக்கு எதிரே துப்பாக்கியைப் பிடிச்சார். அவர் விரல் டிரிக்கருக்குள்ளே போகிறதைப் பார்த்தேன். அது அந்த வளையத்துக்குள்ளே இருக்கிற குதிரையை மெல்ல கொக்கிபோட்டு வளைச்சு மெதுவா மெதுவா, அவசரமே படாம நிதானமா...

'க்ளிக்!'

வெடிக்கலை!

ஐயா சிரித்தார். 'இந்த கடைசித் தடவை துப்பாக்கி வெடிக்காது. எனக்குத் தெரியும். ரவுண்டுகள் தீர்ந்து போய்டுத்து. அது போதும், அது போதும் எழுந்திரு எழுந்திரு...!'

முடிவுரையாக திருவேங்கடம்

இப்போதெல்லாம் ராஜாராமன் என்னுடன் வசிப்பதில்லை. தனியாக ஒரு ஸ்பெஷல் ஆஸ்பத்திரியில், ஒரு அறையில் இருக்கிறான். யார் போனாலும் மண்டியிட்டுக்கொண்டு 'கொல்லாதீங்க! கொல்லாதீங்க!' என்று திருப்பித் திருப்பி சொல்லிக் கொண்டிருக்கிறான். மற்றபடி, உபத்திரவம் எதுவும் இல்லை. ஜெய்ஹிந்த்!

மாமா விஜயம்

எங்கள் வீட்டு நாயின் பெயர் லூலூ. வயது இரண்டு. அப்படிக் குரைக்கவே குரைக்காது; அதுவும் அவ்வளவு தீவிரமாக. உண்மையைச் சொன்னால், திருடன் வந்தால்கூடக் குரைக்காது. அதிகம் அலட்டிக்கொள்ளாத நாய். ஃபருக்குக்கு அடுத்தபடி சுகவாசம். ‘நீ போடுகிற மோர் சோற்றுக்கு இது போதும்’ என்கிற அமைதியும், திருடன், திருடு கொடுக்கிறவன் எல்லாரும் ஒன்று என்கிற கீதாசாரியனின் மனப்பக்குவமும் கொண்ட லூலூ, அந்த வியாழக்கிழமை காலை ‘ஹள் ஹளார்’ என்று 30 டெஸிபல் சத்தத்தில் குரைத்துக்கொண்டிருந்ததற்குக் காரணம், எங்கள் மாமா வந்திருந்ததுதான்.

எங்கள் அம்மாவின் அண்ணாவின் மீது லூலூவின் இந்த அபரிமிதமான வெறுப்புக்குக் காரணம், நினைவுத் திரை ஒரு வருஷம் பின்னோக்கிச் செல்கின்றன. அப்பொழுது வந்திருந்த மாமா, எங்கள் எல்லோர் முன்னிலையிலும் லூலூவுக்கு அடுத்தடுத்து நான்கு ஜம் பிஸ்கட்டுகளைப் போட, லூலூ அவற்றை உற்சாகத்துடன் எகிறிக் குதித்து நடுவானத்திலேயே பிடித்து பிடித்து விழுங்கிற்று. ஐந்தாவதாக, ஒரு புளியங்கொட்டையை மாமா எறிய லூலூ அதையும் பழைய விசுவாசத்தில் விழுங்க...

நம்பிக்கைத் துரோகம் புரிந்ததும், லூலூ என் மாமாவைப் பார்த்த பார்வையை விவரிக்க முடியாது. ‘சீ, நீயும் ஒரு மனுஷனா’ என்பது

தொனிக்க, வள்! என்று உரக்க, தந்தி பேப்பரின் தலைப்புச் செய்தி சைஸில் குரைத்துவிட்டு ஓடிவிட்டது. தையற்காரன் - யானைபோல் அதை லூலூ மறக்கவேயில்லை. அதனால்தான் குரைத்துக்கொண்டிருந்தது.

எங்கள் மாமா விஜயம் எப்பொழுதும் எங்களுக்குச் சந்தோஷம் அளிக்கிற சமாசாரம் (லூலூவைத் தவிர). அவருக்குத் தெரியாத விஷயம் கிடையாது. அவரால் செய்யமுடியாத விஷயம் கிடையாது. மாட்டு வண்டியிலிருந்து இறங்கினதும் அவர், 'ஏண்டா, இந்த நாயை முதலில் தொலைத்துத் தலை முழுகேன்'. என்று சொல்லிவிட்டு, வண்டிக்காரனைப் பார்த்து, 'எத்தனைடா' என்றார்.

'முக்கா ரூபா சாமி பேசினதே!' என்றான் அவன்.

'பேசினது ஆறணா, இந்த எட்டணா'.

'என்ன சாமி இது?'

'எட்டணா!'

'என்ன அரை ரூபாய்! புண்ணாக்கு என்ன விலை விக்குது?'

மாமா, புண்ணாக்கு விலையைச் சொன்னார்.

'பருத்திக் கொட்டை என்ன விலை?'

'ஆமாம், சீப்பு என்ன விலை? பனியன் என்ன விலை?... போடா!'

'எட்டணா வேண்டாம் சாமி, நீயே வெச்சுக்க'.

'சரி, கொடு'.

'பத்தணா கொடுப்பியா சாமி?'

'ஆறணாத்தான் கொடுப்பேன்'.

'அய்யரே! நீ நல்லா இருப்பியா?'

'ஜாஸ்தி பேசாதே, ராஸ்கல். இஷ்டமிருந்தா வாங்கிட்டுப் போ'.

'புத்தியைக் காட்டுறியே சாமி, முக்கா ரூபா பேசிட்டு...'

‘டேய்!’

‘நீ உருப்புடுவியா?’

‘டேய்! மொட்டை ராஸ்கல்! பிசாத்து...’ என்று ஆரம்பித்து, ‘எல்லோருக்கும் வாழி’ என்பதுடன், எதுகையாக ஒரு காரமான சொற்றொடரைப் பிரயோகித்தார்.

வண்டிக்காரன், தன் பிள்ளைப் பிராயத்திலிருந்து கள்ளுக்கடைவரை கற்றுக் கொண்ட வசவுகளைச் சரம் சரமாக உபயோகித்து, மேலும் என் மாமா பிறந்த விதத்தைப் பற்றிச் சந்தேகப்பட ஆரம்பித்தான். முழுக்க முழுக்க வண்டிக்காரனை ஆமோதித்து, மாமாவுக்கு எதிராகவே லூலூ குரைத்துக்கொண்டிருந்தது. அதிகாலை எல்லோரும் எழுந்துவிட்டோம். மத்யஸ்தம் செய்ய, பக்கத்து வீட்டு கே.ராமனும், என் அண்ணன் ரவியும், ஒரு கரி மூட்டைக்காரனும் வந்து அவர்களைப் பிரிக்க, வண்டிக்காரன் பதினாலு அணாவுக்கு உண்டான நயா பைசாவை வாங்கிக்கொண்ட பிறகுதான், அவன் உதடுகளில் விளையாடிய தமிழ் ஓய்ந்தது.

மாமா உள்ளே வந்தார். ஸோஷலிஸ்ட் ராஜ்ஜியம் வந்த பிறகு ஏற்பட்ட மரியாதைக் குறைவைப் பற்றிப் பேசிக்கொண்டே, நிலைப்படியில் குனிந்து உள்ளே வர, லூலூ அவர் கால்களுக்குள் இடைவெளியில் அவருக்கு முன்னே நுழைந்தது. ‘என்ன எழவு நாய்டா இது! நாட்டு நாய்! பிசாத்து! என்ன சாப்பிடுகிறது? ஏகாட்சரமா? மரியாதை இல்லாமல் குரைக்கிறது. திரும்பிப்போறதுக்கு முன்னால், முனிஸிபாலிட்டியிலே விட்டுவிட்டுத்தான் போகப்போகிறேன்’ என்றார்.

இதை, என் தங்கை சசி விரும்பவில்லை. அம்மா வரவேற்பாக, ‘வா’ என்றாள்.

வண்டிக்காரனை மறந்தவராகச் சிரித்து, ‘சௌக்கியமா?’ என்றார். ‘எங்கே அவர்’.

‘மாடியில் தேகாப்பியாசம் செய்கிறார்’.

‘இதெல்லாம் அவருக்கு எதற்கு?’

‘அவரிடம் சொல்லிப் பார்’.

மாமா முதல் தடவையாக என்னைப் பார்த்தார். வருஷம் ஒரு தடவை, நில விஷயமாக வருகிறவர். ஞாபக மறதி வேறு.

'யாரடா நீ, நாணாதானே?'

'ஆமாம் மாமா'.

'மூஞ்சிலே என்ன கறுப்பா - அழி அதை!'

'மீசை மாமா'.

'மீசையா? சை! உங்க தாத்தா கேட்டார்னா என்ன ஆகும் தெரியுமா? மீசையும் வைத்துக்கொண்டு, கண்ணாடியும் போட்டுக்கொண்டு, எப்படி இருக்கிறாய் தெரியுமா?'

எப்படி இருக்கிறேன் என்று தெரிந்துகொள்ள நான் விரும்பவில்லை.

'தேவாங்கு மாதிரி'.

'நீங்கள் எப்படி இருக்கிறீர்களாம்?' என்று மனத்தில் கேட்டேன்.

'பவானி எங்கே?'

'பவானி வந்தாள், நாணத்துடன்.

'குட்டி, நீ வளர்ந்துவிட்டாய். தாவணி போட்டுக்கொள்ள வேண்டும். இல்லாவிட்டால், எதிர் வீட்டுப் பையன் கடுதாசி எழுதிவிடுவான்' என்று சொல்லி ஓட வைத்தார்.

'அவன் எங்கே? ஆர்மோனியம் வாசிப்பானே ஒருத்தன்?'

'நான்தான் மாமா' என்றேன்.

'இப்பவும் வாசிக்கிறாயா, இன்னிக்கு வாசிக்க வேண்டாம்'.

'நிறுத்திவிட்டேன் மாமா. அப்பா ஒருநாள் உடைத்துவிட்டார்'.

'புத்திசாலி! இப்ப என்ன கற்றுக்கொள்கிறாய்? கொன்னக்கோலா!'

'என்ன கோல்?'

‘கொன்னக்கோல்? செலவில்லாத வாத்தியம். சபைக்கு வெறுமனே வரலாம்’ என்று சிரித்தார்.

அப்பொழுதுதான் எழுந்த சுதா, அவரை நோக்கி விரைந்து அவரிடம், ‘கில்கா காகில்கா!’ என்றான். சுதாவுக்கு வயது ஒன்றே கால்.

அவனை எடுத்து, பந்தாகத் தூக்கிப் பிடித்து உயர எறிந்தார். அவன் அதை ரசித்துச் சிரித்த சந்தோஷத்தில், அவர் பனியனை நனைத்தான்!

‘மூத்ர ராஜான்னு பெயரை மாற்று’ என்றார்.

காபி வந்தது. அதை வில்லாக ஆற்றி நாங்கள் எல்லோரும் ரவி, நான், கல்யாணி, பவானி, ராஜு, சுதா... அப்பாவுக்கு இன்னும் டிரான்ஸிஸ்டர் கிடைக்கவில்லை. அவரையே பார்த்துக்கொண்டிருந்தோம். குடும்பத்தைப் பற்றிப் பேசினார்கள். சென்ற வருஷக் கல்யாணங்கள், சாவுகள் இப்படி. ராஜு அவரையே கீழ்ப் பார்வை பார்த்துக்கொண்டிருக்க, அவனைக் கேட்டார் மாமா, ‘அது என்னடா?’ - கீழே காட்டினார்.

‘ஈ மாமா’.

‘மத்தியானம் ஒரு ஈ பிடித்து வை. அதை சாக அடித்து, நான் மறுபடி பிழைக்க வைப்பேன்’ என்றார்.

‘இப்ப பிடித்துக்கொண்டு வரவா?’

‘இல்லை, மத்யானம். இப்ப நான் கிளம்பிப் போக வேண்டும். சாப்பிட மறுபடி வருவேன்’.

அப்பா மாடியிலிருந்து இறங்கி வந்தார். சட்டை இல்லாமல் யோகாசனம் செய்த வியர்வையுடன்.

‘மாப்பிள்ளை சௌக்கியமா?’

‘யார்? சாமியா? என்ன வண்டிக்காரனுடன் சண்டை?’

‘அது ஆகிவிட்டது! ஆசனம் செய்கிறீர்களாமே?’

‘ஆமாம்’.

'ஜாக்கிரதையாக இருக்கணும். இப்படித்தான் என் பிரண்ட் ஒருத்தன், எடக்காக ஏதோ ஒரு ஆசனம் செய்துவிட்டு மளுக்கென்று ஒரு எலும்பு விட்டுப்போய் அப்படியே இருக்கிறான். அஞ்சாம் நம்பரைத் தலைகீழாகக் கவிழ்த்தாப்போல! பிரிக்க முடியவில்லை'.

'நான் அதெல்லாம் செய்கிறதில்லை'.

'சந்தோஷம்'

'நீங்க போன தடவை வந்தபோது செருப்பு மாறிப்போச்சு! அப்புறம் என் எட்டு முழ வேஷ்டி ஒன்றும், ஷேவிங் பிரஷ்ஷும் காணோம்'.

'அந்த ஷேவிங் பிரஷ்ஷைப் பள்ளம் தோண்டிப் புதைத்தேன்'.

'செருப்பு?'

'நாலு அணா கொடுத்து எடுத்துக்கொள்ளச் சொன்னேன்'.

'உங்கள் பெயர் பேப்பரில் வந்திருந்ததாமே?'

'குழந்தைகள் இருக்கிறபோது வேண்டாம். அப்புறம் தனியாகச் சொல்கிறேன்'.

இப்படித்தான் போகும், மாமாவுக்கும் அப்பாவுக்கும் சம்பாஷணை. ஒருவரையொருவர் சாடுவார்கள்.

மாமா குளித்தார். சந்தோஷமாக, சோப்பில் வானவில் கொப்பளங்களை உதிர்த்துக் காட்டிவிட்டுப் புதிதாக வந்தார். கல்யாணியை அந்தரங்கமாக விசாரித்துவிட்டு, மறுபடி காப்பி சாப்பிட்டுவிட்டு, 'சாப்பிட வருகிறேன்' என்று கிளம்பிவிட்டார்.

அவர் போனதும், ராஜு என்னிடம் வந்தான். 'நாணா, எனக்கு ஒரு ஈ பிடிச்சுத் தா' என்றான்.

'ஈயும் கிடையாது. எறும்பும் கிடையாது. போடா' என்றேன்.

'சரி, நான் அப்பாவிடம் நீ மூலைக்கடையில் சிகரெட் குடித்ததைச் சொல்கிறேன்' என்றான்.

'ராட்சசா!' என்று ஈயைத் தேடினேன்.

147

அன்றைக்கென்னவோ ஒரு ஈயையும் காணோம். ஈ.மு.க.வில் ஏதோ தலைவர் வருகிறார்போலும். சிறிது நேரம் தேடினோம்.

''இதோ பார், நாற்காலிக் கையில்' என்றான் ராஜு. அதை அணுகிக் கையைக் கோப்பையாக வைத்துக்கொண்டு கையை வீசினேன். அது அலாக்காக அறுபது டிகிரியில் பறந்து, என் மூக்கின் மேல் வந்து உட்கார்ந்து, 'கெக்' என்றது.

'நகராதே நாணா! நான் பிடிக்கிறேன்?'

'மூக்கு... மூக்கு...'

'நகராதே நகராதே!'

ஆனால், அதற்குள் மேலே குறிப்பிட்ட ஈ, வேறு திக்கில் பறந்து காணாமல் போய்விட்டது. தேடு தேடு என்று தேடினோம். மேஜைக்கடியில், டெலிபோன் மேல், பதஞ்சலியின் யோக சாஸ்திரப் புத்தகத்தின் மேல்... ம்ஹூம்.

'டேய், அங்கே இருக்கிறது' என்றான் ராஜு.

'எங்கே?'

அவன் காட்டின சுவரில், எட்டடி உயரத்தில் புள்ளியாக வீற்றிருந்தது.

'ஷ்!' ஹிண்டு கொண்டு வா'.

கொண்டு வந்தான்.

'சுருட்டு'.

சுருட்டினான்.

'நாற்காலி'.

வந்தது அது.

'கவனி'

ஜேம்ஸ்பாண்ட்போல் மெதுவாக அணுகி, படேர் என்று செய்தித்தாளால் சாத்தினேன். விரயம். அடித்தது, சுவரில் ஈ வடிவத்தில் இருந்த ஆணியை.

பத்து நிமிஷம் இந்த வேட்டை. என்ஸைக்ளோபீடியாவில் ஈ பற்றிப் படித்தேன். ஈக்களின் தாம்பத்ய வாழ்க்கை பற்றிப் போட்டிருந்தான். பிடிப்பதைப் பற்றி ஓர் அட்சரம்கூட இல்லை.

'நாணா... இதோ' என்றான் ராஜு. காலி இன்ஜெக்ஷன் குப்பி ஒன்றில் ஒரு ஈயை அடைத்துவைத்திருந்தான். பறந்து பறந்து முட்டாள்தனமாக விழுந்துகொண்டிருந்தது.

'எப்படிப் பிடித்தாய்?'

'சர்க்கரை வைத்தேன்! ஐந்து வந்தது. ஒரு வீச்சில் ஒன்று அகப்பட்டது' என்றான் பெருமையுடன்.

பாட்டிலில் ரப்பர் மூடியில் ஊசி வைத்து, மூச்சுக்காக ஓட்டை போட்டான். அதை அலமாரியில் வைத்தான்.

அடைக்கப்பட்ட ஈயை, அப்பா ஆபீசுக்குச் செல்கையில் பார்த்தார்.

'டு யூ ஸீ வாட் ஐ ஸீ?' என்று கேட்டார்.

'என்ன?' என்றாள் அம்மா.

'மூடியிருக்கிற பாட்டிலுக்குள் ஒரு ஈ எப்படியோ போய்விட்டது!'

'ராஜு பிடித்துவைத்திருக்கிறான்'.

'ராஜு?'

'பிடித்துவைத்திருக்கிறான்!'

'எதற்கு?'

'இல்லை அப்பா, மாமா ஈயைச் சாக அடித்துப் பிழைக்கவைக்கிறேன் என்று சொல்லியிருக்கிறார்'.

'உன் அண்ணாவைவிடப் பெரிய 'நட்'டை நான் பார்த்ததில்லை'.

''நட்' என்றால் என்ன அர்த்தம்?' என்றாள் அம்மா.

'டிக்ஷ்னரியைப் பார். ஏண்டா, அவருக்குத்தான் மூளை இல்லை

என்றால் உனக்கு எங்கடா போச்சு? போன தடவை இப்படித்தான் ஈயத்தைப் பாதரசமாக்குகிறேன் என்று மனுஷ எலும்பு கேட்டார்! அடுத்தது, பல்பொடி தயாரிக்கிறேன் என்று செங்கல் உரசுவார். தலைவலி தைலம் பண்ணுகிறேன் என்று கடையில் உள்ள மெழுகுவர்த்தியெல்லாம் உருக்குவார்'.

இதெல்லாம் கடந்த விஜயங்களின் சம்பவங்கள்.

'உன் அண்ணா வருகிறது வருஷத்தில் ஒருநாள். அந்த ஒரு நாளில் குடும்பத்தையே பைத்தியமா அடித்துவிட்டுப் போகிறார்! என் செருப்பு எங்கே? பார், என் செருப்பை மாட்டிக்கொண்டு போய்விட்டாரா?'

மாமா சாப்பிடத் திரும்பி வந்தபோது ராஜு, மாமா ஈ பிடித்துவிட்டேன்' என்றான்.

'கொன்றுவிட்டாயா?' என்றார்.

'இல்லை, பாட்டிலில் அடைத்திருக்கிறேன்'.

'பேஷ்! சாப்பிட்டதும் வருகிறேன். என் மந்திர வேலையைப் பார்'.

சாப்பிட்டதும் ஒரு அரை மணி தூங்குகிறேன் என்று படுத்துவிட்டார். காப்பிக் கொட்டை மெஷின் அரைக்கிற மாதிரி குறட்டை விட்டார். காப்பி சமயத்தில் எழுந்துவிட்டார்.

'மாமா ஈ...' என்று ராஜு, குப்பியைக் காட்டினான்.

'சரி, ஒரு வாய் அகலமான பாத்திரத்தில் ஜலம் கொண்டுவா'.

வந்தது.

'கொஞ்சம் விபூதியும், துளசியும் கொண்டு வா'.

வந்தன.

பாட்டிலை ஜலத்துக்குள் அழுத்தி மூடியைத் திறந்தார். நாங்கள் எல்லோரும் பார்த்துக்கொண்டிருந்தோம்.

விடுபட்ட ஈ, ஜலத்தில் மிதந்து நனைந்து இறக்கைகளைச் சிலிர்த்து, ஏகப்பட்ட தண்ணீரைக் குடித்து, கால்களை

அடித்துக்கொண்டு கொஞ்ச நேரம் முயற்சி செய்தது. அலுத்துவிட்டது. கவிழ்ந்தது. மிதந்தது.

'பாவம் செத்துப்போச்சு' என்றாள் சுசி.

'டெத் பை ட்ரௌனிங் - அப்படியே மல்லாக்காகக் கிடக்கிறது பார்... ச்ச்! அதை உயிர்ப்பிக்க ஒரு மந்திரம் இருக்கிறது பார்'.

ஈர ஈயைத் துளசியில் கிடத்தினார். அதன்மேல் ஒரு மந்திரத்தை முணுமுணுத்துக்கொண்டே விபூதியைத் தூவினார்.

'சற்று நேரம் பார்' என்றார்.

ஒரு நிமிஷம் ஆயிற்று.

ஒரு நிமிஷம் ஐந்து செகண்ட் ஆயிற்று.

அந்த ஈ, சாம்பலுக்குள்ளிருந்து வெளிப்பட்டது. 'நான் எங்கிருக்கிறேன்?' என்றது. இறக்கைகளைச் சுத்தம் செய்துகொண்டது. பறந்துபோயிற்று.

'எப்படி?' என்றார் மாமா.

எனக்குச் சம்மதமாகவில்லை. 'மாமா அது சாகவில்லை'.

'சாகவில்லையா? அத்தனை நேரம் தண்ணீரில் அமிழ்ந்தால், மனுஷன்கூடச் செத்துப் போய்விடமாட்டானா? பிரணவ மந்திரம் சொன்னதால் பிழைத்தது. டேய், எனக்குப் பீதாம்பர வித்தை தெரியும்டா. மிளகரணைச் செடியிலே இருந்து வடக்குப்பக்கம் போகிற ஒரு வேர் எடுத்துக் கொடு. அதைத் தங்கமாக மாற்றுவேன்'.

'இப்படியே, மனிதர்களைப் பிழைக்க வைக்கமுடியுமா?' என்றான் ராஜு.

'அந்த வித்தை எனக்கும் இன்னும் சித்தியாகவில்லை'.

சித்தியும் இல்லை அத்தையும் இல்லை. அந்த ஈ தண்ணீரில் நனைந்ததும் மயக்கமாகித்தான் போகிறது. சாம்பல் அதன் ஈரத்தை உறிஞ்சியதும் நினைவு திரும்புகிறது. இதை நான் பிற்பாடு கண்டுகொண்டேன்.

மாமா, குழந்தையுடன் விளையாடினார். காப்பி சாப்பிட்டார். ராஜுவை நெருப்புப் பெட்டி, பனம் ஈர்க்குச்சி, மெழுகு அட்டை, கத்திரிக்கோல் எல்லாம் கொண்டு வரச்சொல்லி, அதில் தானாக ஓடும் ஒரு டிராம் செய்தார். (ஓடியது பின்பக்கமாக) மறுபடியும் ஜோலி இருக்கிறது என்று கிளம்பிவிட்டார். திரும்பி வரும்போது மாலை ஐந்தரை இருக்கும். கையில் ஒரு அலுமினியக் கிண்ணியுடன், தலையில் முண்டாசு கட்டிக்கொண்டு வந்தார்.

'வாசலில் யாரோ கருப்பா உயரமா நிற்கிறான். வீட்டு ஆளா பாரு?'

'மாமா, அது நம்ம ரவி'.

'ஓ!'

'கையில் என்ன கிண்ணி?' என்றாள் அம்மா.

'ஐந்து ரூபாய்க்கு பஸ்ஸில் சில்லறை கிடையாது என்று இறக்கிவிட்டான். சில்லறை மாற்றுவதற்கு கிண்ணி வாங்கினேன். பஸ் ஸ்டாண்டிலே நிற்கிறபோது, காமராஜ் ஊர்வலமாகப் போனார். அவருக்கு என்னைத் தெரியும். அடையாளம் கண்டுபிடித்துவிடப் போகிறாரே என்று தலையில் முண்டாசு கட்டிக்கொண்டேன்... சரஸ்வதி! இன்னும் மாப்பிள்ளை வரவில்லையா, ஆபிசிலிருந்து?'

'அவர் வருவதற்கு எட்டு மணி ஆகும். ஏன்?'

'வந்தால் சொல்லிவிடு. நான் சாயங்காலம் ஏழு மணி பஸ்ஸிலேயே ஊருக்குப் போகிறேன். வந்த காரியம் நடக்கவில்லை. ஒரு 'டீட்' ரெஜிஸ்தர் ஆகவில்லை. வெட்டி அலைச்சல். போய்விட்டு அடுத்த வாரம் வருகிறேன். சமைத்துவிடு. சாப்பிட்டுவிட்டுப் போகிறேன்'.

எங்களுக்கு எல்லாம் வருத்தம்.

'அடுத்தவாரம்தான் வரப்போகிறேனே'.

சாப்பிட்டுக்கொண்டிருக்கும்போது கந்தசாமி - எங்கள் வீட்டு வேலைக்காரன் - வந்தான். அவனிடம், 'நீ முன்னாலே பெட்டியை எடுத்துக்கொண்டு பஸ் ஸ்டாண்டுக்கு போ. நான்

சாப்பிட்டவுடன் வருகிறேன்' என்று சொன்னார் மாமா. கந்தசாமி சென்றான்.

அதற்கப்புறம் நடந்தது எங்கள் குடும்பச் சரித்திரத்தில் ஒரு பொன்னேட்டுச் சமாசாரம். பஸ் ஸ்டாண்டுக்குப் போக இரண்டு வழிகள் உண்டு. மாலை இருட்டு, மாமா விடை பெற்றுக்கொண்டு பஸ் ஸ்டாண்டுக்கு சென்ற ஐந்து நிமிஷம் கழித்து, கந்தசாமி அவர் பெட்டியுடன் வந்தான்.

'என்னடா?'

'ரொம்ப நேரம் காத்திருந்தேனுங்க. அவரை இன்னும் காணோம்! அவர் கிளம்பவில்லையா?' என்றான்.

'இப்பொழுதுதான் போகிறார். ஓடு! ஓடு!'

மூன்று நிமிஷங்கள் கழித்து மாமா வந்தார். 'அந்தக் கந்தசாமியை பஸ் ஸ்டாண்டில் காணோம். எங்கே அந்த பிசாத்து? சாவு கிராக்கி. மறுபடி இங்கே வந்தானா முட்டாள்'.

'இப்பொழுதுதான் போகிறான் மாமா. உங்களைத் தேடி வந்தான்'.

மாமா ஓடினார்.

இரண்டரை நிமிஷத்தில் கந்தசாமி வந்தான் மறுபடி.

'அவரை இன்னும் காணலீங்களே'.

எல்லோரும் அவன்மேல் பாய்ந்து அவனை நிறுத்தி, 'இதென்னடா எலி ரேஸ் மாதிரி ஒருவரை ஒருவர் துரத்துகிறீர்கள். நீ இங்கேயே இரு. அவர் மறுபடி வருவார், உன்னைத் தேடிக்கொண்டு. பஸ் எப்பொழுதோ போயிருக்கும். அடுத்த பஸ்ஸுக்காவது போகமுடியும்' என்று அவனை நிறுத்தி, மாமாவுக்காகக் காத்திருந்தோம்.

ஐந்து நிமிஷமாயிற்று.

அரைமணியாயிற்று.

ஒன்றரை மணி ஆயிற்று.

மாமா வரவில்லை. 'போய்ட்டாப்போலிருக்குங்க. போய்ப் பார்த்துட்டு வரவா?' என்று கேட்டான் கந்தசாமி.

'நீ போகாதே' என்று அதட்டிவிட்டு, நான் சைக்கிளில் போய்ப் பார்த்தேன். மாமா, பஸ் ஸ்டாண்டிலேயே நின்றிருந்தார். 'அவன் வீட்டுக்குத் திரும்பிப் போய்விட்டு வருவான் என்று இங்கேயே காத்திருக்கிறேன்' என்றார்.

நான் மறுபடி சைக்கிளில் போய், அவர் பெட்டியுடன் திரும்ப, பத்து மணி பஸ்ஸில்தான் அவரால் போக முடிந்தது.

புயலடித்தாற்போல் ஒருநாள் விஜயம். எங்களை ஈ பிடிக்க வைத்து, மிளகரணைச் செடியையும் மெழுகுவர்த்தியையும் பனம் ஈர்க்குச்சியையும் தேடவைக்கும் விஜயம். அடுத்த வாரம், அவர் வருவதற்கு ஆவலுடன் காத்திருந்தோம். இந்த சந்தோஷ நினைவுகளை விட்டு, அவர் அதற்குள் இறந்துவிட்டார்.

ராகவேனியம் 277

ஒரு சனிக்கிழமை. சுத்தமாகக் குளித்துவிட்டுத் தலை சீவத் தொடங்கியபோது, - நான் ஒரு எம்.எஸ்.ஸி., பட்டதாரி. 'டாக்டரேட்'க்காக 'ஸாலிட் ஸ்டேட் பிஸிக்ஸி'ல் ஆராய்ச்சி செய்யும் மாணவன். 'ஸாலிட் ஸ்டேட் பிஸிக்ஸ்' என்பது ஏதோ ஒரு சாப்பிடும் பண்டம் என்று நினைப்பவர்கள் கதையைவிட்டு விலக வும். மற்றவர்கள் பயப்பட வேண்டாம் - இந்த மாதிரி வார்த்தைகளை வைத்து பயம் காட்டப் போகிறேன் என்று. அந்த வார்த்தைகள் இல்லா மலேயே...

என்ன சொல்லிக்கொண்டிருந்தேன்? தலை சீவிக்கொண்டிருந்தேனா? அப்போது, வாயிற் கதவு தட்டப்பட, திறந்தாள் மாலதி. உச்சந்தலை வகிட்டிலிருந்து கால் நகங்களின் க்யூடெக்ஸ் வரை அழகாக இருக்கும் என் ஸ்பெஷல் மாலதி. ஆர்.மாலதி - இவளிடம் இருந்த ஒரே குறை, இவள் இனிஷியல். அதற்குரிய தந்தையான ராகவானந்தம். அவரைப் பற்றிய மேல்விவரங் கள், இங்கிருந்து 18 வார்த்தைகளில் வெளி யாகும். மாலதி என் சக மாணவி. கடற்காற்றில் யூனிவர்ஸிடியின் வேப்பமர நிழலில், நாங்கள் மணிக்கணக்காக டெப்ளீஷன் லேயர் பற்றியும், அவ்லான்ச் எஃபெக்ட் பற்றியும் பேசியிருக் கிறோம்.

'என்ன?' என்றேன்.

'உடனே என்னுடன் வா. அப்பா கூப்பிடு கிறார் உன்னை. ரொம்ப சீரியஸ். என்னைக் கன்னாபின்னா என்று திட்டுகிறார். ஏதோ ஒரு

பிளாஸ்டிக் துண்டைத் தொலைத்துவிட்டேனாம். போச்சு, குடி முழுகிப்போச்சு என்று குதிக்கிறார். உயிர்போகிற அவசரம் என்கிறார்'.

'கார் கொண்டு வந்திருக்கிறாயா?'

'ஆமாம்', என்று காரை நோக்கி ஓடினாள்.

நான் பின்னால் ஓடினேன், ஒரு செருப்பைக் கையிலே தூக்கிக்கொண்டு.

உட்கார்ந்து நான் கதவைச் சாத்துவதற்குள் தெரு முனைவரை வந்துவிட்டோம். மாலதியின் அப்பா, டாக்டர் ராகவானந்தம். ஒரு இன்ஃப்ளூயென்ஸா டாக்டரல்ல. அவர் டாக்டர் பட்டம் வாங்கியது நியூக்ளியர் பிஸிக்ஸில்.

'நாய் நாய் நாய்! போச்சு! ஏன் இப்படிப் பிசாசு மாதிரி திட்டு கிறாய்?' என்றேன்.

'பிசாசு மாதிரித்தான் ஓட்டச் சொன்னார்' என்றாள்.

'உன் அப்பாவுக்கு உடம்பு சரியில்லையா?' என்றேன்.

'அதெல்லாம் இல்லை, ஏதோ தொலைந்து போய்விட்டது என்று குதிக்கிறார். ஏதோ தயார் செய்து வைத்திருந்தாராம். நீதான் அவரைப் பார்க்கப் போகிறாயே, கேட்டுக்கொள். அவர்கிட்டே போனால் சுடுகிறார்'.

90 கிலோ மீட்டரில் காரை ஓடித்து, என் இரண்டு முக்கிய நரம்புகளை ஒடித்து, ரப்பரை எரித்துக் காரை நிறுத்தினாள்.

வாசலிலேயே டாக்டர் ராகவானந்தம் நின்றுகொண்டிருந்தார். 'வா பையா. (இப்படித்தான் என்னைக் கூப்பிடுவார்). வேகமாக மாடிக்கு வா. மாலதி! யூ ஸில்லி ஸ்டுபிட் கேர்ள்! நீயும் வா' என்றார்.

டாக்டர் ராகவானந்தத்தைப் பார்த்தால், யாரும் 68 வயது என்று மதிப்பிட முடியாது. 67தான் மதிப்பிடலாம். அவர் நோபல் பரிசைப் பதினைந்து நாள்களில் தப்பவிட்டுவிட்டார் என்பது அவருடைய மகத்தான குறை. அவர் பதிப்பித்திருந்த பேப்பரை, பதினைந்து தினங்களுக்கு முன் மேற்கே அதே விஷயத்தைப் பற்றி ஸ்வீடன் ஆசாமி ஒருவன் பதிப்பித்துவிட்டானாம்.

அவனுக்கு நோபல் பரிசு கிடைத்துவிட்டது. இவருக்கு ஒரு சோப்புத்தூள் டப்பாகூடக் கிடைக்கவில்லை. ஆறு வருஷம் வாதாடிப் பார்த்தார். பிரயோசனமில்லை. வெறுப்பில் ரிடைய ராகிவிட்டார். மேலும், டாக்டர் ராகவானந்தத்தின் பரிசோதனை களையும் தத்துவங்களையும் புரிந்துகொள்ள, இந்தியாவிலேயே மூன்று ஆசாமிகள்தான் இருக்கிறார்களாம். (அவரைச் சேர்த்து). அதில், டாக்டர் பானர்ஜி என்பவர் சமீபத்தில் காலமாகிவிட்டார். மற்றவருடன், ஒரு தத்துவத்தைப் பற்றி வெட்டுப்பழி குத்துப் பழி.

டாக்டர் அவர்களின் பிரசங்கம் ஒன்றில், ஒரு தடவை நான் புத்திசாலித்தனமாகக் கேள்வி கேட்டுவிட்டேன் என்று என்னைப் பிடித்துக்கொண்டுவிட்டார். சத்தியமாக, அவருடைய பிஸிக்ஸ் எனக்குப் புரியவில்லை. அவருடன் நான் சகவாசம் வைத்துக் கொள்வதற்கு ஒரே காரணம்.

மாலதி!

டாக்டர், மாடிப்படிகளை நான்கு நான்காகத் தாவி ஏறிய திலிருந்து விஷயம் தீவிரமானது என்று தெரிந்துகொண்டேன். மாடியில், அவருடைய பரிசோதனைச் சாலை இருந்தது - லாப ரெட்டரி. தன் சேமிப்பு முழுவதையும் அதில் கொட்டியிருந்தார். அதில் ஒரு கரும்பலகை இருந்தது. அதில் சாக்பீஸில் பூச்சிகள் போலக் கணக்கு விவரங்கள் எழுதியிருந்தன. மற்றும் புத்தகங் கள். புத்தகங்கள். லாபரெட்டரியில் இருந்த ஸ்பெக்ட்ரோகிராப் வான்-டி-கிராஃப் ஜெனரேட்டர் என்று பட்டியலிட்டால் அடிக்க வருவீர்கள். சுருங்கச் சொன்னால், விஞ்ஞான காரே மூரே!

'என்ன ஆச்சு டாக்டர்?' என்றேன்.

'டிஸாஸ்டர்' என்றார்.

'டி?'

'ஸாஸ்டர்'.

'ஏன்?'

'பையா, ஜாஸ்தி பேசாதே. நீ இன்னும் ஒன்றரை மணி நேரத் துக்குள், இந்த வீட்டில் அல்லது இந்த நகரத்தில் எங்கோ ஒரு மூலையில் இருக்கும் ஒரு வஸ்துவைக் கண்டுபிடிக்க வேண்டும்.

பிளாஸ்டிக்போல அழுக்குச் சிவப்பில் நீண்ட சதுர வடிவத்தில் இருக்கும். போ, போய்க் கொண்டுவா. இந்த முட்டாள் பெண் தொலைத்துவிட்டாள்!'

'பிளாஸ்டிக் நீண்ட சதுரம் தானே? எவ்வளவு வேண்டும் உங்களுக்கு? பாண்டிபஜாரில்...'

'சே சே சே... அது பிளாஸ்டிக் இல்லை. நான் புதிதாக ஸின்தஸைஸ் பண்ணித் தயாரித்த ராகவேனியம் 277 என்கிற எலிமெண்ட் அது. பிளாஸ்டிக் மாதிரி இருக்கும் பார்வைக்கு...'

'ஏதோ ஊறுகாய் பெயர் மாதிரி இருக்கிறதே?'

'விளையாடாதே, அது எவ்வளவு அபாயகரமான பொருள் தெரியுமா?'

'எவ்வளவு அபாயகரமான பொருள்?'

'உங்கள் மரமண்டைக்கு விளக்கமாகச் சொல்லித்தான் ஆக வேண்டும். நான் பதினாறு வருஷமா ஆராய்ச்சி பண்ணி, கணக்குப் போட்டுக் கழித்து, திரும்பப் போட்டு கண்டுபிடித்தேன். ஒரு ஸூபர் ரேடியோ ஆக்டிவ் எலிமெண்ட் இதுவரை என் மனசிலேயே இருந்தது. யுரேனியம் ப்ளூடோனியம் எல்லாவற்றுக்கும் தாத்தாவாக ஒரு எலிமெண்ட் இருக்கிறது என்று எட்டு வருஷத்துக்கு முன்னால் ஒரு வியாசத்தில் எழுதினேன். எல்லோரும் பரிகாசம் செய்தார்கள். முனைந்து ஆராய்ச்சி பண்ணி, இன்று காலை அதை உண்டாக்கினேன்'.

'சந்தோஷம்'.

'அதில் ஒரு தகராறு. நான் எதிர்பார்த்ததுதான். இந்த 'ராகவேனியம் 277'க்கு, என் கணக்குப்படி ஆயுள் ஆறு மணி நேரம். அந்த ஆறு மணி நேரத்துக்குப் பிறகு அது க்ரிடிக்கலாகிவிடுகிறது'.

'க்ரிடிக்கலானால் என்ன ஆகும்?'

'வெடிக்கும்'.

'கொஞ்சம் ஒதுங்கிக்கொண்டால் போகிறது'.

'பெரிசாக வெடிக்கும்'.

'எவ்வளவு பெரிசாக?'

ராகவானந்தம் (டாக்டர்), நெற்றி வியர்வையைத் துடைத்துக் கொண்டார். 'யூ ஸி... அது வெடித்தால், இந்த வீடு போய்விடும். இந்த சென்னை மாநகரம் போய்விடும். இந்த மாநிலம் போய் விடும். இந்த தேசம், என் கணக்கில் தப்பில்லை என்றால், உல கமே...'

'டாக்டர்! எங்கே அந்த ராகவேனியம்?'

'மாலதி தொலைத்துவிட்டாள்!'

'எனக்க ஜிலீர் என்கிறது டாக்டர். அதற்கு அவ்வளவு சக்தி என்றால் ஏன் அதைத் தயாரித்தீர்கள்?'

'இந்தக் கேள்வி கேட்பாய்! நான் அதைத் தயாரித்தபோது, அது இந்த லாபரட்டரியை விட்டு வெளியே போகும் என்று கனவிலும் எண்ணவில்லை. பார் பையா, அதற்கு ஆறு மணி நேரம் கெடு. அதற்கு முன், அதை லிக்விட் நைட்ரஜனில் நனைத்தால் அது புஸ் என்று காற்றாகிவிடும். ஆறு மணி நேரம் வரை அப்பிராணி! அதற்குள் மாடரேட்டரில் நனைத்துவிட்டால் ஒன்றும் ஆகாது!'

'ஆறு மணி ஆகிவிட்டால்?'

'ச் மறுபடி சொல்லவேண்டுமா? அமெரிக்காக்காரன் பிக்கினியில் வெடித்தானே மெகாடன் ஹைட்ரஜன் பாம், அதை இதனுடன் ஒப்பிட்டால், அது ஒரு முணுமுணுப்புக்குச் சமானம்'.

நான் மண்டி போட்டுக் கொண்டு, 'மாலதி! என் கண்ணே, எங்கே வைத்தாய் அந்தத் துண்டை?' சொல்லிவிடு என்றேன்.

'எங்கே என்று தெரிந்தால் சொல்லமாட்டேனா முட்டாள்!'

'நீ தொலைத்துவிட்டு, அவனை முட்டாள் என்கிறாய்?'

'டாக்டர் ஸார்! எத்தனை மணிக்கு நீங்கள் அதை உற்பத்தி செய்தீர் கள்?'

'காலை எட்டரை மணி இருக்கும்'.

'இப்பொழுது மணி ஒண்ணு'.

'இன்னும் ஒன்றரை மணிக்குள் அதைக் கண்டுபிடித்தாக வேண்டும். உலுக்கு இந்தப் பெண்ணை'.

அவள் சொன்னாள். 'இன்றைக்கு மார்னிங் ஷோ உண்டு என்று அந்த முட்டாள் ரேணுகா சொன்னாள். அவசர அவசரமாக அப்பாவிடம் சொல்லிவிட்டுப் போகலாம் என்று மாடிக்கு வந்தேன். மாடியில் அப்பா இல்லை...'

'கீழேதான் போயிருந்தேன்'.

'மேஜைமேல் ப்ளாஸ்டிக்போல் ஏதோ அழகாகக் கண்ணைப் பறித்தது. ஏதாவது உபயோகமாக இருக்கும் என்று என் ஹாண்ட் பேகில் போட்டுக்கொண்டு, அப்பாவுக்கு போன் செய்துகொள்ள லாம் என்று கிளம்பிவிட்டேன்'.

'இரு இரு. அதை எடுத்தாய். உன் கைப்பையில் போட்டுக்கொண் டாய், கவனமாக... ஞாபகப்படுத்திக்கொள்'.

'இன்னும் ஒரு மணி இருபத்து ஏழு நிமிஷம் இருக்கிறது...'

'நேராக காரை எடுத்துக்கொண்டு தியேட்டருக்குப் போனேன்'.

'பை எங்கே இருந்தது?'

'காரில் இருந்தது. என் பக்கத்தில்'.

'காரில் தேடிப் பார்த்தாயா?'

'எல்லா இடத்திலும் தேடியாகிவிட்டது. காணோம்'.

'காண வேண்டும். கட்டாயம். ஈஸி. ஈஸி. சினிமா தியேட்டருக்குப் போனாய்...'

'போனேனா? அங்க சனிக்கிழமை ஷோ கிடையாது என்று தெரிந்ததும் ஏமாந்துபோய் வெளியே வந்தேன்...'

'பை? பை'

'பை கையில் இருந்தது'.

'திறந்தாயா?'

'திறக்க அவசியம் ஏற்படவில்லை. அப்புறம், தியேட்டருக்கு எதிரே இருந்த கெமிஸ்ட் ஷாப்புக்குப் போய் ஒரு பாட்டில் ஷாம்பூ வாங்கிக்கொண்டேன். அதனுடன், ஊமத்தங்காயைச்

சேர்த்துத் தேய்த்துக்கொண்டால், தலை மயிர் ஸில்க் மாதிரி ஸாஃப்ட்டாக ஆகும் என்று ஃபெமினாவில்...'

'ஊமத்தங்காய் தேய்க்கிறாளாம். இந்த உலகமே அழியப் போகிறது. ஊமத்தங்காய்...'

''ஐ ஸே மாலதி. இந்த உப கதைகளை எல்லாம் கொஞ்சம் 'எடிட்' பண்ணிவிடலாமே? எங்கே அந்த ப்ளாஸ்டிக் துண்டு. கெமிஸ்ட் ஷாப்பில் பணம் கொடுக்கப் பையைத் திறந்தாயா?'

'ஒரு மணி இருபது நிமிஷம்.'

'திறக்கவில்லை. பணம் என் உடம்பிலேயே வைத்திருந்தேன். ஒரு பத்து ரூபாய் நோட்டு'.

'சரி புரிகிறது. அப்புறம் என்ன செய்தாய்?'

'வெளியே வந்து கெமிஸ்ட் ஷாப் பக்கத்தில்... அப்பா! அப்பா! அப்பா! ஞாபகம் வந்துவிட்டது'.

'சொல்லு. சொல்லு. என்ன?'

'அந்த கெமிஸ்ட் ஷாப் பக்கத்தில், ப்ளாஸ்டிக்கிலே பெயர் வெட்டும் ஒரு என்க்ரேவர் கடை இருந்தது. தெரியாது? 'அண்ணா வாழ்க', 'நல்வரவு', 'இன்று ரொக்கம் நாளை கடன்' இப்படி...'

'மாலதி! ப்ளாஸ்டிக் துண்டு எங்கே?'

'அந்தக் கடைக்காரனிடம் கொடுத்திருக்கிறேன் என் பெயரை வெட்டித் தர!'. டாக்டர் கண்ணீருடன் சிரித்தார். 'உலகத்திலேயே ஒரே ஒரு ஸாம்பிள் 'ராகவேனியம் 277'. கடைக்காரனிடம் கொடுத்திருக்கிறாள்? பையா. வா ஓடலாம். சீக்கிரம், ஒன்றே கால் மணி நேரம்தான் இருக்கிறது.

'அப்பா, நான் ஓட்டுகிறேன். வேகமாக ஓட்டுவேன்...'

'கிளம்பு, கிளம்பு!'

'டாக்டர் ஸார்! கொஞ்சம் இருங்கள். அது ஏதோ சொன்னீர்களே, லிக்விட் நைட்ரஜன். அதையும் கொண்டு வாருங்கள். அந்தக் கடையிலேயே அந்தப் பிசாசை நனைத்துவிடலாம்'.

'துரதிருஷ்டவசமாக அது முடியாது. க்ரையோஜெனிக்ஸ் பற்றி உனக்குத் தெரியாது. மைனஸ் 250 டிகிரியில் இருக்கிறது. ஸெண்ட்ரிஃப்யூகல் பம்ப்பையும்...'

'இப்ப என்ன சொல்கிறீர்கள்? அந்தத் துண்டத்தைக் கடையிலிருந்து வீட்டுக்குக் கொண்டுவர வேண்டும் என்றுதானே?'

'ஆமாம்!' - மாலதி காரைக் கிளம்பித் தயாராக...

நாங்கள் பதினைந்து நிமிஷத்தில் அங்கே போனபோது, கடை பூட்டியிருந்தது. பக்கத்து பெட்டிக் கடையில் விசாரித்தபோது, சாப்பிடப் போயிருக்கிறான் என்று தெரிந்தது.

'சாப்பிட எங்கே?'

'வீட்டுக்கு'.

'வீடு எங்கே?'

'கொலைகாரன்பேட்டையில்'.

'பெயரே சகுனமாயில்லையே டாக்டர்'.

'எப்ப வருவார்?'

'அரை அவர், முக்கால் அவர் ஆகும்'. கடிகாரத்தைப் பார்த்தேன். சரியாக ஐம்பத்தைந்து நிமிஷம் இருந்தது, நாம் எல்லோரும் அழிவதற்கு.

'டாக்டர் என்ன செய்வது?'

'பூட்டை உடைக்கலாமா?'

'போலீஸ்காரன் வந்து...'

'போலீஸாவது ஒன்றாவது! எல்லோருமே கூண்டோடு கைலாசம் போகப்போகிறோம். அவன் வருவதற்கு ஒரு மணி நேரமானால், காத்திருக்க முடியுமா? போ, காருக்குப் போய் டூல் பையை எடுத்துக்கொண்டு வா...'

நான் காரை அடைந்து, கான்வாஸ் பைக்குள் இருந்த இரும்பு ஆயுதங்களை எடுத்துக்கொண்டு வருவதற்குள், கடைக்காரன் வந்துவிட்டான்.

'வணக்கங்க' என்றான். 'என்ன வேணும்?'

'கடையைத் திறக்க வேண்டும்'.

'என்ன விஷயம்?'

'இந்த பொண்ணு, இரண்டு அவருக்கு முன்னாலே ஒரு பிளாஸ்டிக் துண்டு கொடுத்ததே பேர் எழுத? அது வேண்டும்'.

'வேலை இன்னும் முடியல்லியே'.

'பரவாயில்லை. அந்தத் துண்டுதான் வேணும்'.

'ரசீது இருக்குதா?'

'இதோ பார், உன் பேரென்ன?'

'ஆறுமுகம்... அன்பரசுன்னு நண்பர்களெல்லாம் மாத்திக்கச் சொன்னாங்க'.

'அன்பரசு, ஆறுமுகம், இது என்ன?'

'நூறு ரூபா நோட்டு'.

'திற!'

'இதை முன்னமேயே சொல்லியிருக்கலாமே. கடையே உங்களது தான். என்ன வர்ணம் இந்தத் துண்டு?'

'அழுக்குச் சிவப்பு...'

'இதிலே பார்த்து எடுத்துக்குங்க'' என்று ஒரு டிராயரைத் திறந்தான்.

டிராயர் நிறைய அழுக்குச் சிவப்பில் முப்பது நாற்பது பிளாஸ்டிக் துண்டங்கள்.

'இவ்வளவுதானே? சிவப்பில் வேறு கிடையாதே?'

'கிடையாது'.

'எல்லாவற்றையும் எடுத்துக்கொள். டயம் இல்லை' என்றார் டாக்டர்.

'அன்பரசு. நூறு ரூபாய் வைத்துக்கொள். இதை அப்படியே எடுத்துப் போகிறோம்' என்று வாயகன்ற, விந்தை நிறைந்த அன்பரசை விட்டுவிட்டு காரை நோக்கி ஓடினோம்.

சரியாக இருபத்தைந்து நிமிஷம் இருந்தது.

'மாலதி, பதினைந்து நிமிஷத்துக்குள் வீடு சேர வேண்டும். ஒரு பத்து நிமிஷமாவது மார்ஜின் இருக்கும்'.

மாலதி, சில சிவப்பு விளக்குகளை அநாயாசமாகக் கடந்து, பிரமித்த ப்ரேக்குகளின் க்றீச்சுகளின் ஊடே தூள் பறந்தாள். அந்த ரயில்வே கேட் மூட இருந்தவன், நாங்கள் வருகிற அலறலைப் பார்த்து, அவசர அவசரமாகத் திறந்து விலக முயன்றதும், அவன் நீலச்சட்டை சற்று இழுப்பட்டுக் கிழிந்துவிட்டது. வீட்டை அடைந்தபோது, பதினைந்து நிமிஷம் சுத்தமாகப் பாக்கி இருந்தது.

'ஃப்யூ! வி மேட் இட்! டாக்டர், சீக்கிரம் அந்தச் சனியனை அழியுங்கள். போதும், உங்கள் விளையாட்டு...'

'பையா, நீயும் வா' என்றார்.

மாடிக்கு ஓடினோம்.

'எங்கே உங்கள் லிக்விட் நைட்ரஜன் ப்ளாண்ட்?'

'அதோ பார், அந்த ரூமில் இருக்கிறது. திற'.

'எந்த ரூம்?'

'இடது பக்கம்'.

'பூட்டியிருக்கிறதே'.

'திற'.

'சாவி'.

'தருகிறேன்'.

டாக்டர் தன் வலது பேண்ட் பைக்குள் கை விட்டார். வெளியில் எடுத்தார். இடது பேண்ட் பைக்குள் கை விட்டார். வெளியே எடுத்தார். அப்புறம் சட்டைப் பை - அப்புறம் கைக்குட்டையை எடுத்தார். உதறினார். இங்கே பார்த்தார். அங்கே பார்த்தார். நெஞ்சைப் பிடித்துக்கொண்டார்.

'சாவி எங்கே?'

'சாவி எங்கே?' - இது நான்.

'பையில்தான் வைத்திருந்தேன்'.

'டாக்டர், டாக்டர், ஈஸி? ஈஸி. அந்த அறைக்குள் லிக்விட் நைட்ரஜன் இருக்கிறது. ரூம் பூட்டியிருக்கிறது. சாவியைக் காணோம்!'

'இன்னும் அஞ்சு நிமிஷம்'.

'அப்பா பயமாக இருக்கிறதப்பா, சாவி எங்கே?'

'பையா, இனித் தேடி உபயோகமில்லை. பூட்டை உடை பூட்டை உடை, நாலு நிமிஷம்தான். உடை!'

மூன்று பேரும் சேர்ந்து இடி இடி என்று கதவை இடித்தோம். இடித்துக்கொண்டே இருந்தோம். உயிர்மேல் ஆசை, எங்கள் உயிர்மேல். உங்கள் உயிர் மேல்.

ம்ஹூம். கதவு பழங்காலத்துக் கதவு. அசையவில்லை.

அந்தப் பிளாஸ்டிக் துண்டம் வைத்திருந்த பெட்டி அதோ... இன்னும் ஒரு நிமிஷமா!

இடித்து இடித்து இடித்துத் தோள்கள் வலித்தன.

முப்பது செகண்ட்...

'பையா, பிரயோசனமில்லை. இன்னும் முப்பது செகண்ட்தான் இருக்கிறது. இனித் திறந்தால்கூட ப்ளாண்டைத் திறப்பதற்கு ஒரு நிமிஷம் ஆகும். அப்புறம் அதை நனைக்க இன்னும் அரை நிமிஷம் ஆகும். பையா வெடிக்கப்போகிறது. வெடிக்கப்போகிறது. இதோ...'

'டாக்டர்! முப்பது செகண்ட் ஆகிவிட்டதுபோலிருக்கிறதே!'

'அதானே? இன்னும் வெடிக்கவில்லையே!

'உங்கள் வாட்ச் ஃபாஸ்ட்டா?'

'இல்லையே'.

'இன்னும் கொஞ்சம் நேரம் ஆகுமா? எனக்கு ஒரு சிகரெட் பிடிக்க டயம் இருக்குமா?'

ஒரு நிமிஷம்.

ஒன்றரை நிமிஷம்.

ஐந்து நிமிஷம்.

பத்து...

பதினைந்து...

டாக்டர் ராகவானந்தம், 'பையா, என் கால்குலேஷனில் ஏதோ தப்பு ஏற்பட்டுவிட்டது என்று நினைக்கிறேன். இல்லாவிட்டால், அது இந்த நேரத்துக்குள் வெடித்திருக்க வேண்டும். ஒரு இடத்தில், எப்ஸிலான் டு தி பவர் ஆஃப் ஆல்ஃபா ப்ளஸ் ஏக்ஸுக்குப் பதிலாக ஆல்ஃபா மைனஸ் எக்ஸ் என்று எடுத்துக் கொண்டுவிட்டேன் போலிருக்கிறது. அதன்படி தயாரித்ததில் தப்பு ஏற்பட்டுவிட்டது. மறுபடி செக் பண்ணி கால்குலேட் பண்ண வேண்டும். சே சே சே! திருப்பி எல்லாக் கணக்கையும் போட பதினாலு வருஷம் ஆகும்' என்றார் டாக்டர் ராகவானந்தம் (வயது 68).

எது எப்படியோ, டாக்டரின் கணக்கில் ஒரு கூட்டல் குறியோ கழித்தல் குறியோ தப்பாக இருந்தது. இல்லாவிட்டால், நீங்கள் இந்தக் கதையைப் படித்திருக்க முடியாது.
